గీ. సరిగ ధని సగమ పనినిసరిగగరిమ
మరి మరిగ పాపనినిగని సరిసరియను
వీణ కాని 'మా', వెన్క 'నీ' వీణవగుస
మీఁదొ 'నీ', వెన్క 'మా', సూర్యమేదినీశ.

పిఠాపురము. 9-11-09.

పానుగంటి లక్ష్మీనరసింహరావు.

ఈనాటకమునఁ వచ్చుపాత్రములు.

పురుషులు.

పురుకుత్సుఁడు—కథానాయకుఁడు.

విదూషకుఁడు.

చిత్రకేతుఁడు—గంధర్వుఁడు.

అంశుమంతుఁడు—ఉరగలోకరాజుయొక్క ప్రధాని.

విశ్వామిత్రుఁడు—ముని

నారదుఁడు—ముని

ఇంద్రుఁడు. చంద్రుఁడు. బృహస్పతి. సూర్యుఁడు.	దేవతలు.

మందారుఁడు—ఉరగలోకరాజు.

సూత్రధారుఁడు—అంతరనాటకములోనివాఁడు.

స్త్రీలు.

సతి—అంతరనాటకములోనిది.

శచి—ఇంద్రునిభార్య.

సుమతి—పురుకుత్సునిదేవి.

కల్యాణి—సుమతియొక్క చేటి.

నర్మద—కథానాయకురాలు.

నవమాలిక—నర్మదయొక్క చేటిక.

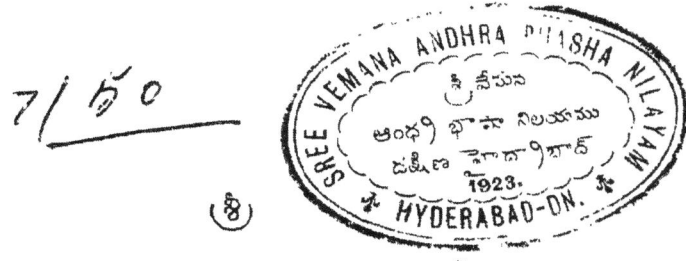

శ్రీ

నర్మదాపురుకుత్సీయము.

నాంది

ఉ. అందఁగరాని సీమలకు ♦ నందఁగఁజేసి ఘటింపరాని రీ
తిం దనరారు కార్యముల ♦ తిత్వోచితంబుగ సంఘటించి ర
క్తిం దెరపైని బొమ్మలటు ♦ తేతెయితక్కలనాడఁజేసి స్వ
చ్ఛందముగాఁగ జీవతతి ♦ సాకెడు లోకవిభుం దలంచెదన్.

సూ—(ప్రవేశించి) పారిపార్శ్వకా!

పారి—(ప్రవేశించి) పిలువనక్కఱలేదు. కానివృత్తికై మనకేర్పఱుపఁబడిన తెరలు తెయితక్కలు మనకు నివృత్తియందుఁగూడఁ దప్పవాయేమి?

సూ—(నవ్వుచు) ఇప్పుడాడఁబోవు నర్మదాపురుకుత్సీయనాటకమెవరు రచియించిరో యెఱుఁగుదువా?

పారి—ఎఱుఁగుదును పానుగంటి లక్ష్మీనరసింహారావు.

సూ—ఔను ఇదియాతని ప్రథమనాటకము ఆతఁడేమతమునఁబుట్టెనో యెఱుఁగుదువా?

పారి—ద్వైతమతమునఁగాదా

సూ—ముక్తిదశాసందర్భమునఁ దన్మతసాంప్రదాయము కొంచెము హెచ్చుతగ్గుగ నీవనినట్టిదేకద!

(నేపథ్యమున) ఓహో!

పాత్రి—మతసాంప్రదాయములు పూర్ణముగఁ దెలియకముందే మీరా
సిన సిద్ధాంతమునకు వెనుకనుండి యెవ్వఁడో మహానుభావుఁ
మోదమా?

(నేపథ్యమున) ఎవ్వఁడోమహానుభావుఁడీసమయమందే యూ
లోకమునుండి యిచ్చటికి విచ్చేసినట్లుతోఁచుచున్నది.

సూ—నాటకమారంభమైనది పాతాళవాసియగు సంశుమంతుఁడు స్వ
వాసియగు చిత్రకేతునిగూర్చి యిట్లుపలుకుచున్నాఁడు. మనమ
లోనికిఁ బోవుదము.

(నిష్క్రమించుచున్నారు)

ఇది ప్రస్తావన.

శ్రీ

నర్మదాపురుకుత్సీయము.

ప్రథమాంకము.

రంగము—విశ్వామిత్రాశ్రమపరిసరారణ్యభూమి.

[ఊర్ధ్వలోకమునుండి చిత్రకేతుండును, నురగలోకమునుండి యంశుమంతుండు నేక కాలమున చెఱియొకవైపునకుఁ బ్రవేశించుచున్నారు.]

అంశు—ఓహో! ఎవ్వండో మహానుభావుఁ డీసమయమునందే యూర్ధ్వలోకమునుండి యిచ్చోటికి దిగివచ్చినట్లు తోఁచుచున్నది.

గీ. ఉరగదేవలోకంబుల ♦ నుండి యొకట
దిగితి మిచ్చట వేర్వేఱు ♦ దిక్కులందు
ప్రాగ్గిరి శశి, ప్రతీచిని ♦ భాస్కరుండుఁ
బూర్ణిమాసంధ్య నొకసారి ♦ పొలుచునటుల.

ఆతనిసమీపించి యెవ్వరో తెలిసికొనెదను.

(సమీపించి) నమస్కారము మహానుభావా!

చిత్ర—మహానీయా! అనేకనమస్కారములు.

గీ. ఎవరు మీరని యడుగంగ ♦ నితనిజిహ్వ
సంభ్రమము నొంద మనసు త ♦ త్సంభ్రమంబు
బాపలేదయ్యెఁ గళ్లెంబు ♦ బలిమిచే న
వారుబట్టిన దాఁటున ♦ శ్వంబుకరణి.

అంశు—నే నురగలోకవాసుఁడను, అంశుమంతుం డనువాఁడను, భూలోకమందలిచిత్రములను జూడ వచ్చినాఁడను. తా మెవ్వరో సెల విచ్చెదరా?

చిత్ర—నే నింద్రలోకమున నుండువాఁడను. ఇంద్రునియానతిపైని తఱుచుభూలోకమునకు వచ్చి యిచ్చటివిశేషము లాతనికి విన్నవించుచుందును. చిత్రకేతుఁ డని నన్నుఁ బిలుతురు.

అంశు—ఆహా! చిత్రదర్శనార్థమై వచ్చిననాకు చిత్రకేతుదర్శనమే ప్రథమముం దయ్యెఁగదా! ఇఁక ముందు చిత్రమున కేమికొదువ? అయ్యా! మనయాకస్మికసఖ్య మత్యంతసౌఖ్యప్రద మగుఁగాక.

చిత్ర—మిత్రమా! చింతనాపూర్వమైన సుఖముకంటె ఆకస్మికసుఖమే వేయిమడుంగు లధికముసుమా!

అంశు—సందేహ మేమి మిత్రమా! ఇంద్రునకు క్షేమమే కదా.

చిత్ర—వయస్యా! ఏల యట్లడుగుచుంటివి!

గీ. మూఁడులోకంబు లేలుసం । పూర్ణభోగి
కేల యక్షేమములు గల్గు । జెలసఖుఁడ!
సుధకు నాకరమైనట్టి । విధున కేల
చల్లఁదనమున కొకలోటు । సంభవించు?

అంశు—మిత్రమా! అది సరి కాదు. త్రిలోకరాజ్యభారనిర్వాహణశీలుండని చెప్పితివికదా.

గీ. కార్యధూర్వహుఁ డగువాఁడు । గాసిఁ జెందుఁ
గార్యభారంబు లేకున్నఁ । గడు సుఖించుఁ
దలను బరువున్నవాఁడు బా । ధను దపించు
లేనిమానిసి నిదురను । మేను మఱచు.

మహారాజుగారు వేఱొక కార్యభారంబునఁ జింతాక్రాంతులైయున్నారు.

చిత్ర—అట్టి కార్య మేదైయుండు నని నే నడిగిన మన్నింతురుగాక.

అంశు—అయ్యా! మఱి యేమియు విశేషము లేదు.

గీ. పసిమిమిసమిసకలక్రొత్త ♦ వయసు పెసంగు
సుతను నర్మద కనుకూల ♦ పతిని గూర్చు
వంతచే నున్నవాఁ డాఁడు ♦ బహుచుఁ గాంచు
వారి కండఱి కది తల ♦ వ్రాఁత కాదె?

చిత్ర—కర్ణములకు భూషణములుగ మీనవ్వదా సౌందర్యకథన మెన్ని మాఱులో వినియున్నాను.

ఆ. వె. అట్టిదాని నీయ ♦ నగుఁ జక్రవర్తికి
పరున కీయరాదు ♦ సురల కొసఁగ
కంబుజాక్షునకును ♦ యజ్ఞసాలగ్రామ
మాల భర్తఁ డిచ్చు ♦ మాడ్కిఁ గాఁగ.

అంశు—ఓహో మిత్రమా! చక్రవర్తి యని బాగుగ జ్ఞాపకము చేసితివి! ఈమహీకాంతను తనభుజపీఠిని లాలించునతఁ డిప్పుడు పురుకుత్సుఁ డకదా! ఆతఁడు మహాభాగ్యసంపన్నుఁడును, విశేషశేముషీసనాథుఁడును, సర్వలక్షణసంపూర్ణుఁడును, కాంతాజననయనకుసుమసాయకుండు నని శ్రవణానందకరముగ విన్నవాఁడనే కాని నేత్రసాఫల్యముగఁ జూచియుండలేదు. మిత్రమా! మీ రెప్పుడైన నాతనిఁ జూచితిరా?

చిత్ర—చూచుటయే కాదు. చూచి యపరిమితానందమునుగూడఁ బొందితిని. కొన్నిదినముల క్రిందట నొకనాఁడు,

గీ. వేఁట నొకఁ డిరుచేతుల ♦ నీటుగవను
బట్టి కరిరాజసంఘంబు ♦ భంగపఱిచె
బాలభానుండు దనకిర ♦ ణాళిచేత
నంధకారంబు సమయించు ♦ నట్లుగాఁగ.

(అంత తెరలోఁ బెద్దకలకలము.)

గీ. భవ్యతేజస్కు నీచక్ర ◆ వర్తిఁ గాంచి
యాటవికజంతువులు చేష్ట ◆ లణఁగి సోలసె
పక్షిరాజేంద్రు నీక్షించి ◆ పడగ లవని
వ్రాల్చి నిశ్చేష్టతను బొందు ◆ పాములట్లు.

అంశు—ఓహో! ఏమి నాయద్భుతము! మిత్రమా! ఆమహాచక్రవర్తి వేఁటమార్గమున నిర్యోజకే వచ్చినట్లు తోఁచుచున్నది.

గీ. అతనిని నేను దర్శింప ◆ యత్నపడఁగ
నాకడ కతండె వచ్చుచుం ◆ డఁగఁ బోలు
ఫలము గ్రహియింపఁ జూతాగ్ర ◆ భాగ మెక్క
నుండఁ దటుకునఁ జేఁబడు ◆ పండురీతి.

చిత్ర—మిత్రమా! అట్లుచూడుము! అట్టి యపూర్వదర్శనమువలన యథార్థముగ సఫలుండ వైతివి కదా.

గీ. వెడవడయుచున్న గిరిజాలు ◆ వ్రేల నగాత్మ
మధ్యగంబై వచ్చు నట్లగు! ◆ నతని సైన్యములును
వెంటరా, నక్క పోవుతా ◆ నొంటనంటి
రాఁగ విహరించుకేసరి ◆ రాజుపోల్కి.

అంశు—ఈమహారాజు నే నెట్టిఁడును జూడనియుండక పోయినను నీ నిమిత్త మందీతని దూరమునఁ గాంచి మహానిర్వచనీయమాత్రమున నే చెప్ప నలవికాని యనురాగమును, బాంధవ్యప్రేమయు నితనియందు నాకేమో యకారణముగఁ గలుగుచున్నది.

చిత్ర—సఖుఁడా! అట్టివికార మందఱకును సహజమేసుమా!

గీ. పుణ్యసంబంధములు రాక ◆ మునుపె వాని
భావిఫలములు కించిత్తు ◆ పరిఢవించు

వర్ష రహిత మైనను మృగ ♦ శీర్షయుక్తి
వసుధ కిసుమంత యుపశాంతి ♦ వచ్చుఁ గాదె.

కావున మిత్రమా! నీయీమనస్థితినిఁబట్టి చూడఁగ మీనర్మదకీ తఁడు పతి కాఁగలఁ డని తోఁచుచున్నదిసుమా!

అంశు—నీయూహ యీరాజరాజుగూడ స్థిరపఱుపవలెనుగదా. మిత్రమా! తిరస్కరిణిచేఁ బ్రచ్ఛన్నుల మై యిక్కడనే యుండి వీరిసంభాషణము విందము.

చిత్ర—అట్లే.

(అంతట రాజును విదూషకుఁడును బ్రవేశించుచున్నారు.)

విదూ—విస్తరిలో వడ్డించినభక్ష్యములను దినలేక గ్రుక్కిళ్లు మింటకరించుకొని యటునిటు జూచువానివలె సామ్మసిల్లి భీతిచే నిశ్చేష్టతను బొంది పాదాక్రాంతము లైనవేఁటజంతువులను జంపలేకపోయితివి!

పురు—(నవ్వుచు) ఆహా! విప్రవర్యా! శూరధర్మను నెంతబాగుగ వెల్లడించితివి! గర్వాత్ములకు గాక సవినయులకు శిక్ష యేల?

అంశు—ఈచక్రవర్తి మృదుమధురగంభీర భాషణములు నామనస్సునకు సంగీతమువలె నాహ్లాదమును గలుగఁజేయుచున్నవి.

విదూ—అటులైన మిత్రమా! అందఱును బైరాగులైన నూరఁ బూలదండ లమ్ముకొనువానికాపడిపోఁత యెంతసార్థకమో నీధనుర్భారమును నాకట్టెమోఁతయు నంతసార్థకమేకదా?

అంశు—మిత్రమా! ఇంతదివ్యమంగళవిగ్రహమును నేను చూచియుండను. ఇతఁ డల్లుఁడుకాఁగలమహాభాగ్య మురగలోకాధిపతి కెన్నఁడగునోకదా.

పురు—మిత్రమా! ఇంతకుముందు మనము సంచరించినయరణ్యభాగముకంటె నీయరణ్యభాగము విలక్షణముగ నున్నది.

సీ. ఫలభారమునఁ జెట్లు ♦ వంగెను పర్వత,
తత్త్వజ్ఞానమునను వి ♦ ద్వాంసులట్లు
కొండనెత్తమ్ముల ♦ నుండి నీరము పారు,
సరసులకరుణార ♦ సమ్ముభంగి
నళినీతయుతతరు ♦ లలరుల రాల్చున,
లరుటుంజలులు సూత్ర ♦ ధరులవలెను
వివిధపక్షులకల ♦ రవము లేకంబయ్యు,
భాసిల్లు బలుమేజు ♦ నాణివలెను

గీ. పచ్చికబయళ్లు, కొలఁ ♦ కులు, ధర్మలతలు,
జాజిమంకెనలపొదలు ♦ సరసవర్తు
లగతి భాసిల్లు వనమహా ♦ లక్ష్మిమెడను
మంజుతమపంచరత్నాల ♦ మాలలీల.

— ఓహో! మిత్రమా! నీమనస్సున కీవనశోభ యెక్కకున్నదికారఁ
బోలు నేమి?

గీ. సరసుమది కెక్కు వరవస్తు ♦ సారశోభ
మూఢుమది కెక్కునే? గాజు ♦ బుడ్డిలోనఁ
బ్రతిఫలించెడుదీపిక ♦ వట్టిబొమ్మ
రాతిలోపల నేరీతిఁ ♦ బ్రతిఫలించు?

విదూ—నాతో మాటలాడకుము. నాకు విరహబాధ భరింపశక్యము
గాకుండ నున్నది.

పురు—రసహీనుఁడ వని యాక్షేపించితి ననియా! విరహభారవశుఁడ
నైతి నని చెప్పుచు రసజ్ఞతను కొనితెచ్చుకొనుచున్నావు?

గీ. వస్తుసుగుణగ్రహణశక్తి ♦ భవముతోడఁ
బుట్టవలెఁ గాక కొనితెచ్చి ♦ పెట్టఁగలమె?

సహజమాధుర్యకవితాప్ర ♦ శస్త్రధార
నలవరచుకొన్న నేరీతి ♦ నందవచ్చు?

అయినను మిత్రమా! నీవిరహబాధకు కారణమేమొ చెప్పుము.

విదూ—ఈయాకాశమే కారణము.

పురు—తెలివితేటలందు నీకు కన్నఁ బోదరు లైనయీపక్షులు నిన్ను విడిచి యాకసమున నెగురుచుండ వానిని జూచుటచేతనా నీ కీవిరహబాధ తటస్థమైనది?

విదూ—అట్లుకాదు. గాఢాంధకారబంధురం బైనయీమనస్సునందలి రహస్యము పిల్లికన్నులవాఁడు గ్రహించవలెఁ గాని నీవలన నేమగును?

పురు—ఆరహస్య మేదియో శీఘ్రముగఁ జెప్పుము.

విదూ—ఆకాశముఁ జూచినంతమాత్రమున విరహ మెందులకు కలిగిన దనఁగా సూది మోపనెడము లేకుండ మసూచిమచ్చలచే నిండిన నాప్రియురాలిమోము నీచుక్కలచేనిండిన యీయాకాశము నాకు జ్ఞాపకము చేయుచున్నది.

పురు—(నవ్వుచు) ఆహా! ఏమి నీయదృష్టము!

విదూ—ఇంకను వినుము. ఆకాశమునందుఁ బ్రకాశించెడునీచంద్రుఁడు నాప్రియురాలిమోమునందలి యొంటికంటిని స్మరింపఁ జేయుచున్నాఁడు.

పురు—నక్షత్రాగమమును, చంద్రుని నెంత బాగుగ వర్ణించితివి! చాలుఁ. అదిగో! చూడుము మాదిక్కున కొండకాలువయొక్క తూరుపుగట్టున పుష్పించియున్నయశోకవృక్షముక్రీనీడనుగాఁబోలు నేదియో యొకమృగము నీరు ద్రావుచున్నట్లు గన్పట్టుచున్నది. బాగుఁగఁ బరిశీలించుము.

విదూ—చిత్తము (ఆదిక్కునఁ జూచుచున్నాఁడు.)

చిత్ర—గీ. వరధనుఃపాణి యగుచు ర ♦ వలతురాయి
దాల్చి సఖుతోడ నీరాజు ♦ పొల్చుచుండె
నీక భృంగితోఁ గూడుపి ♦ నాకపాణి
యైనచంద్రార్ధశేఖరు ♦ ననువు మెఱసి.

అంశు—ఆ. అట్టిశంకరునకు ♦ నర్ధాంగలక్ష్మిగాఁ
దుర్గ యయినరీతి ♦ దురితదూరుఁ
డితని కురగరాజ ♦ సుత దేవి యగునట్లు
హితులు మును లనుగ్ర ♦ హింత్రుగాక!

చిత్ర—హోమధూమవాసన కొట్టుచున్నది. సమీపారణ్యభాగము మున్యాశ్రమ మైయుండునుకదా!

అంశు—అయినఁ బ్రమాద మేమి?

విదూ—నీవుచెప్పిన పుష్పించినయశోకవృక్షము యిప్పటికి నాకంటఁ బడినది.

పురు—ఇంకను బాగుగఁ బరిశీలించుము.

విదూ—మిత్రమా! జంతు వని బ్రమసితివిగదా! సున్నము రుఁ బూయుటచేతఁ దెల్లఁబడినదుండమై మసిబొట్లు పెట్టి యీయశోకవృక్షమునకు దృష్టిదోషము తగులకుండ నెవ్వరో దానిమొదట నుంచినదృష్టిపిడత సుమా!

చిత్ర—నీకంటె దృష్టిపిడత మరెవరు?

పురు—గీ. పచ్చనిశరీరమున జిల్గు ♦ మచ్చలొలయఁ
గంధరము సాచి తినముందు ♦ కాలుమున్వ
చెవుల వెనుకకు నిక్కించి ♦ చెలఁగి నీరుఁ
ద్రావుచున్నది చిందమై ♦ తనరవచ్చు.

అయినను మిత్రమా! దానిపార్శ్వభాగముమాత్రము కొంచెము కనఁబడుచున్నది. నీవుకూడ జాగరూకతతోఁ గనిపెట్టుము.

—ఇఁక కనిపెట్ట నవసరము లేదు. అదిగో! ప్రేలరియొక్క నాలుక వలె బారెడుతోఁక కూడ నాడించుచున్నది.

తల మిక్కిలి చిన్నదిగను, తోఁక మిక్కిలి పొట్టిదిగను, కనఁబడుచున్నది. చిఱుతపులి కాదని తోఁచుచున్నది.

—అలాగున నూహింప వీలు లేదు. బుద్ధిహీనమైన చిఱుతపులికి తల చిన్నదిగనే యుండును. శూరుఁ డెవ్వఁడైన తోఁక నఱికి యుండవచ్చును. ఈదినము వేఁట బుద్ధునికడ యాచనవలె శూన్యమును, మీఁదిమిక్కిలి లజ్జాకరము నైనదికావున మిత్రమా! శీఘ్రముగా బాణమును సంధించి టంగున రాతితో గొబ్బరిపుచ్చె నూడఁగొట్టినట్లు దానితలఁ గొట్టుము.

—ఇదిగో! బాణము సంధించితిని. (కొంచెము సేపూరకుండి) మిత్రమా! ఎందుచేతనో కాని మనస్సు మిక్కిలి కలతనొందినదిసుమా!

గీ. తోఁచ కొకపరి దిగులు దోఁ ♦ చుచును మఱియొ
కప్పుడు కుతికలంబడును ధై ♦ ర్యంబు దక్కి
ధైర్య మూఁతగ నొకసారి ♦ ధాటిలేచుఁ
బైకి సుడిగుండమునఁ బడు ♦ వానిఁ బోలె.

—నే నిప్పుడు బాగుగఁ బరిశీలించితిని. చిఱుతపులియే గాని వేఱొండుగాదు. తలక్రిందుపక్షులు జేరి చెట్టును పాడుచేసినట్లు లేనిపోనిసందేహములు మనస్సును బాధచేయును.

—మిత్రమా! నాయెడమకన్నదురుచున్నది. ఏమికీడుపుట్టుట స్థపడునోకదా.

—శకునములు, స్వప్నములు మనోదౌర్బల్యముగలవారిని బాధించవలసినవిక్కదా.

—నిశ్చయముగా నాకును చిఱుతపులివలెనే కనఁబడుచున్నది. ఇదిగో బాణమును వదలెదను.

(అని కొంతసేపూరకుండి)

గీ. వేఁట వేఁడుక బాణంబు ♦ వెడల మీఁట
నుండ వెనుకకు మఱి లాగు ♦ చుండునయ్య!
గాలి పైకెత్తుకొనినన్న ♦ గాలిపడగ
లాగి బిగఁబట్టుసూత్రంబు ♦ లాగు సఖుఁడ!

విదూ—సంధించినబాణ ముపసంహరించుట యిక్ష్వాకువంశమువారి మర్యాద కాదుసుమా!

పురు—(కోపముతో) ఏమీ! ఇదిగో బాణమును వదలినాఁడను. (బాణమును విడుచుచున్నాఁడు)
(అంతతెరలో) హరహరా! విశ్వామిత్రమహర్షి వారిపుణ్యాశ్రమమునందలిదుప్పి నెవరో చంపిరికదా! ఈవార్త మహర్షి విన్నచో నెంతకోపపడునో!

(తిరుగఁ దెరలో)

గీ. ఎవఁడవురా! నీవు మృదువైన ♦ యీమృగమును
భైరవాశుగహతికి లోఁ ♦ బఱచినావు
కులుకుచును ముద్దు లొలికెడు ♦ చిలుకతలను
పెక్కఁగొడ్డలిపెట్టను ♦ బెట్టెసల్లు.

పురు—
విదూ— } (నోటిపైఁ జేనైచుకొని భయముచే వడఁకుచున్నారు)

చిత్ర—ఇది విశ్వామిత్రునియాశ్రమము. ఆకంఠస్వరము విశ్వామిత్రునిదని తోఁచుచున్నది. అదుగో! ఆతఁ డిక్కడేవచ్చుచున్నాఁడు.

గీ. కనుల నిప్పులురాలఁ భీ ♦ కరపుకేక
లిడుచు ఘుమఘుమలాడుచు ♦ ముసుచుమోము
నలుపువారఁగ నదె వచ్చె ♦ లలిని మెఱుపు
గర్జతోఁ గూడుఘనఘనా ♦ ఘనముమాడ్కి.

అంశు—వర్షాకాలపుమేఘము సువృష్టినే గురియునుగదా.

చిత్ర—పిడుగునుగూడఁ బడవైచుట కలదు. ఇతఁడు సహజరాజసుఁడు.

గీ. జన్మరాజసు లచ్ఛ ప్ర ♦ శస్త్రసత్వ
మెన్నితపములఁ జేసిన ♦ నెనయు నెటులు?
మధువనం బిరువదియొక్క ♦ మాఱు క్ష్మాప
వలను జేసిన వేపగిం ♦ జలనుభోలి.

(తెరలో)

గీ. గాధినందనువృథుతపః ♦ కలితశక్తి
కన్నుగాననిమదమున ♦ నెన్నకెవఁడు
కుసుమసుకుమార మకుటిని ♦ పసయుడంచె
నతఁ డథోలోకగతుఁడగు ♦ నగునుగాత!

పురు—శివశివా!
చిత్ర—హరిహరీ!
అంశు—హరహరా!
విదూ—కటకటా!
} అందఱునొక్కసారి యనుచున్నారు.

పురు—గీ. చిలుతపురి యని దుష్పిని ♦ జెండినాఁడు
మునిమృగంబయ్యె నది; యేది ♦ భూమిఁ బాత
బడినకొయ్యను జుట్టిన ♦ పామటంచు
బ్రమసి నిర్భాగ్యతనుకొట్టె ♦ నైచితి నది
లింగమునఁ బెట్టుపూలమా ♦ లికయ యయ్యె.

ఓ హాహా గాధినందన! క్షమించ లేకపోయితివి కదా!

చిత్ర—ఆహా! మహారాజా! ముని మృగమయ్యెనని చెప్పినమాటలు యాదృచ్ఛికముగఁ బలుకఁబడిన వైన నిట్టి మహాచక్రవర్తి యెడల నిర్దాక్షిణ్యమును గనఁబఱచిన యాతని యెడల యథార్థములగుచున్నవి సుమా!

(అంతట విశ్వామిత్రుఁడు ప్రవేశించుచున్నాఁడు)

విశ్వా—గీ. సహజనిర్దోష మది ముని ♦ సంగతిని మ
ఱింతనిర్దోష మద్దాని ♦ హంత! గూర్చి
తౌర! స్ఫటికము మఱి జేవ ♦ తార్చనంపు
పెట్టెలోనిది పగులంగఁ ♦ గొట్టితివలు.

ఛీ! నీమోముచూడరాదు. (అనివెనుకకుఁ బోవ యత్నించుచున్నాఁడు.

పురు—(అంతలో పురుకుత్సుఁ డతనిపాదములమీఁదఁ బడుచున్నాఁడు.) మహానుభావా! క్షమింపుము.

విశ్వా—లెమ్ము లెమ్ము.

విదూ—"దానునితప్పు దండముతో సరి,, యన్నట్లు లోమునికులతిలకా! ఈచక్రవర్తిని క్షమించవలయును.

విశ్వా—(తనలో) ఓహో! పురుకుత్సుఁడా యితఁడు?

పురు—గీ. ఆశ్రమాజ్ఞత యొక్కటి ♦ యువల దుష్పి
పులిగ నెన్నుట మఱియొండు ♦ మునులు మిమ్ము
జూడ నజ్ఞతాదోషము ♦ లీవ్వడకున్నె?
బాలతరణిశశాకను మంచు ♦ బాయునటులు.

విశ్వా—(తనలో) విశ్వామిత్రుఁడనైననాకునుచక్రవర్తియైనయీపురుకుత్సునకును సమానప్రమాదములే తటస్థించినవికదా.

గీ. మునులమృగమంచు నెఱుఁగక ♦ పులియటంచు
తీవ్రనారాచహతి వీఁడు ♦ ద్రెళ్ల నేసెఁ
జక్రవర్తిగ నెఱుఁగక ♦ జనుఁ డటంచుఁ
దీవ్రశాపాశుగమున నే ♦ త్రెతిని యితని.

(ప్రకాశముగా) రాజా! భయపడకుము.

అంశు—శీఘ్రకోపికి పశ్చాత్తాపప్రారబ్ధ మెన్నఁడు నున్నదే కదా.

పురు—ఓమహర్షి చంద్రమా!

గీ. చక్రవర్తిని మునులయా ♦ జ్ఞాపనములంబరా
గీడుబారయకయుండ ర ♦ క్షించుభార
మీతలనె యున్న చో మేర ♦ నెఱుఁగిమీ ఱఁ
గలనె? తనసామ్ము తాను దొం ♦ గిలుట యెటులు?
అయినను, ఓమునిశార్దూలమా!

గీ. ఏను రాజను; మీరు మ ♦ హానుభావు
లరు; ప్రమాదము నాది; యా ♦ వంతలోటు
మీకు; కొండంతశాపము ♦ నా కిడితిరి;
శక్రుఁ డాకవంక గిరిశికు ♦ సలుపుకరణి.

విదూ—మహర్షి చంద్రమా! మాంధాతయొక్క పుత్తు నితని కటాక్షింపుము.

విశ్వా—(తనలో) నాకు మిక్కిలి ప్రేమాస్పదుఁ డైనమాంధాతకు కొడుకనికూడ జ్ఞాపకము చేయుటచే మఱింతచింతగ నున్నది.

విదూ—(తనలో) లింగము మ్రింగినపూజారివలె నీముని మాట్లాడఁ డేమి?

విశ్వా—భయపడకుము వత్సా! ఊఱడిల్లుము.

పురు—భయపడకు మని సెలవిచ్చితిరి గాన మనవిఁ జేసెదను.

గీ. నీదుకోపాగ్నిఁ గలిగిన ♦ నాదుకడుపు
చిచ్చు తిరిగి నీలోనికిఁ ♦ దెచ్చుకొనుము
ధాత్రిబాధించుమిత్రకోత్థి ♦ తగ్రహాళి
తిరిగి మిత్రునిఁ జేరిన ♦ కరణి గాఁగ.

విశ్వా—నీవు వదలినబాణమును నీవు వెనుక కాకర్షింపలేనట్లు నేనును నాశాపమును మఱలింపలేను. కాన నధోలోకగతి స్వల్పకాలమైననుదప్పదు.

పురు—తప్పదా! మునికులసార్వభౌమా!

గీ. బ్రహ్మసృష్టించు మనిక్ష్వాకు ♦ వంశజులకు
సురలలోకమె గతి యింత ♦ వఱకు నీవు
భళిర! తద్వ్యతిరేకవు ♦ బ్రహ్మవగుట
నాకధోలోకగతినిచ్చి ♦ నావుగాదె.

అంశు—సెబాసు! రాజా! బాగుగ నెత్తిపొడిచితివి.

చిత్రి—నెత్తిపొడిచిన బాగుగనే యుండును.

విదూ—మహర్షి శేఖరా! శాపమునకు గడువైనను సెలవిండు.

పురు—మిత్రమా! గడువుంతోఁబని యేమి?

గీ. ద్యుమణి కులజుఁడనగు నాక ♦ ధోగతి యొక
ఘటికగా నేమి వేయేండ్లు ♦ గాఁగ నేమి
యతి వ్యభిచరించువాఁడైన ♦ నాతఁ డెంత
కాల మొందఁజేతో నను ♦ గడువులేల?

విశ్వా—(తనలో) (పైపద్యముయొక్క కడపటి రెండుపాదములు తిరిగి చదివి) ఆనృపతిమాట లాతని బాణముకంటెను నాశాపముకంటెను దీక్ష్ణతరములై మేనకాసంగమమును నాకు జ్ఞాపకము చేయుచు మర్మములు నాటుపొడుచుచున్నవి గదా.

అంశు—ఆహా! రాజేంద్రా! శాపమిచ్చినమునిసింహ మెదురుగ నుండఁగ గడువునుగుఱించి నీ వడుగక పోవుటయేగాక నీప్రియసఖుఁ డడిగిన నెంతనిర్లక్ష్యముగ గడు వవసరము లేదని చెప్పితివి!

చిత్ర—

గీ. సుగతి లేదని యెఱుఁగునీ ♦ సుస్థిరునకు
సాహసముగాక మఱి యేమి ♦ సఖుఁడ! మాన
మంతమును బొందుగౌరవ ♦ వంతున కిలఁ
బ్రాణమన్నఁ దృణప్రాయ ♦ మానుగాదె!

విశ్వా—(సాలోచనముగా) అధోలోకగతి స్వల్పకాలమైనఁ దప్పదు. తరువాత నూర్ధ్వలోకమునకుఁ బోయి యక్కడ నింద్రాదిదేవతల దర్శించి తిరిగి భూలోకమునకు వచ్చి ప్రాణాధిక యగునీదేవి వలన సూర్యసమానుఁ డగుపుత్త్రునిఁ గాంచి సుఖింతువు.

విదూ—(తనలో) ఏమి యీద్రావిడ ప్రాణాయామము!

విశ్వా—గీ. నీ వధోగతి నొందుట ♦ నెమ్మి నింద్రుఁ
జూడ పైకేగుటకుఁ జాల ♦ సులువు నిచ్చు
వెనుకకును గొంత పరువెత్తి ♦ వెడలునరుఁడు
పెద్దగంతును ముందుకుఁ ♦ బెట్టునట్లు.

విదూ—ఆహా! ఈతఁ డెంత తెలివైన హేతువును జెప్పినాఁడు! ముందు గుఱ్ఱమెక్కు యోగము తటస్థపడుటకుగాను నీకా ళ్ళిప్పుడు విరుగఁగొట్టితి వని చెప్పినట్లున్నది.

విశ్వా—రాజా! తడవైన దిఁక మేము పోవలెను.

పురు—(నమస్కరించి)

గీ. ఎవనిభుజపీఠి నీభువి ♦ యెక్కినదియొ
వాఁడె మీపాదములమీఁదఁ ♦ బడినవాఁడు
సుమ్ము త్రైలోక్యపాలన ♦ సుస్థిరుండు
నింద్రుఁ డలసురాచార్యున ♦ కెరగినట్లు.

విశ్వా—నీకు భద్రమగుఁగాక (అని నిష్క్రమించుచున్నాఁడు.)

విదూ—మహారాజా! ఒక్కసందేహము గలిగినది ఒక్కభూలోకభారమే మీమీఁద నుండఁగా ముల్లోకముల భారముకలయింద్రునితోఁ బోల్చుకొంటి రేమి! అధోలోకమునకుఁ బోవుదారి యొకటియుఁ దరువాత నూర్ధ్వలోకమునకుఁ బోవుదారి యొకటియుఁ గలియుటచేత నటు లంటి వని నే ననుకొంటిని. సాలెపురుగుపైకెగరఁబోయి కాలూఁత జారి గోడమీఁదనుంచి బల్లి క్రిందపడి

నట్లు నీ జీవనమృగమును జంపునాశచే నథోలోకమునకు పాలు
గావలసివచ్చెనుగదా.

పురు—ఛీ! మిత్రమా! ఇక్ష్వాకుకులసంభవులకు సంధించినబాణ ము
నుపసంహరించుట మర్యాదకాదని హృదయమునాట నీ వన్న
మాటచేత సందిగ్ధమనస్కుండ నయ్యును బాణమును వదలితిని.
కాని నేను బుద్ధిపూర్వకముగా విడిచియుంటినా!

విదూ—చాలుచాలు! మహారాజా! తనయౌషధములచే బ్రతికినఁ ద
నప్రయోజకత్వ మనియుఁ జచ్చిన రోగియొక్క నిర్భాగ్యత యని
యుఁ బలుకువైద్యునివలె కార్య మనుకూలించిన తనప్రయోజ
కత్వమును చెడిపోయిన నపరులయప్రయోజకత్వ మనియు స
హజముగ రాజు లీగతి యనుట నీతలనే పుట్టెనా! ఇట్టి దీవా
ట్లు దినుమని బ్రహ్మ నాతలనే వ్రాసెనా?

పురు—(విదూషకుని చేయిఁ బట్టుకొని) నీవు నాసఖుండవు కాని, సేవ
కుండవు కావుసుమా!

విదూ—ఆహాహా! (అని నవ్వుచున్నాఁడు)

పురు—(నవ్వుచు)—అయినను కోపదీపితుఁ డైనయామునిసింహు నిట్లు
కాకల్పించుటకు నీవే ప్రథమకారణము.

ఆ. నీదుమాట వించు ♦ నేఁ జేయుపనిచేత
నాకు శాప మయ్యె ♦ నీకు లేదు
వలను గూర్చెనంచు ♦ వాపోవుకరి మృగ
నాథుబారిఁ బడును ♦ నక్క కేమి?

విదూ—ఆహా! మిత్రమా! నాకు మునివలన శాపము లేదని విచారిం
చుచుంటివా! కొంపఁగాల్చుటకు కొఱకచ్చునిప్పైన నేమి, పిడక
నిప్పైన నేమి; తిట్లు తినుటకు నీవలననైన నేమి, మునివలననైన
నేమి. నీవలన నిప్పుడే ధ్యానభ్రష్టముగూడఁ దీఱినదికదా.

ప్రథమాంకము.

అంశు—మిత్రమా! రాజుస్వభావమును బరిశీలించితివిక దా!

ఆ. తాను శాపత ప్తుఁ ♦ డైనను చిన్నిపూ
దేనెపలుకుగమిని ♦ దేర్చు సఖుని
పొంతవాని కమృత ♦ పూరాభరస మిచ్చు
గానుగంటుఁ జెఱకు ♦ కఱ్ఱకరణి.

పుర—నీకు శాపము లేకపోయినదని నావిచారము కాదుసుమా!

ఆ. గొప్పకష్ట మెంతొ ♦ గొప్పవానికేఁగాని
బడుగులకును సంభ ♦ వంబు గాదు
పిడుగు గోపురమునఁ ♦ బడుగాని చాలల
పిచుకగూటబడునె ♦ పేర్మిసఖుఁడ!

అంతయె నాయభిప్రాయము. నీ వన్యథా తలఁచితివి.

అంశు—మిత్రమా! నా కొక్కయాలోచనతోఁచుచున్నది. "శంఖమునఁ బోసినఁగాని తీర్థము గా" దనురీతిని నీచెవినిఁ బడినఁగాని యాది పూజ్యమైనదిగాదుసుమా.

చిత్ర—ఏదియో చెప్పుము.

అంశు—ఏదనఁగా రాజేదో మాటలాడనున్నాడు. అదిముందువిందము.

పురు—గీ. విమలమును బ్రభావంతంబు ♦ విగతదోష
మైననాచిత్తమందున ♦ హీనముగను
కలుషదుఃఖ మీపట్లను ♦ గలిగెఁగాదె
పద్మహితునకు రాహుసం ♦ స్పర్శమట్లు.

విదూ—పులుగుప్రాలినగృహమును శీఘ్రముగ విడిచిపెట్టవలసినరీతిని విశ్వామిత్రుఁడు వచ్చిపోయినయీతావును శీఘ్రముగ విడిచిపెట్టఁదగును.

పురు—మిత్రమా! ఇంతకంటె నేమియాపద రాఁగలదు?

అంశు—మిత్రమా! నేచెప్పఁబోవున దేదనఁగా నిప్పుడే నురగలోకమున
కీరాజును గొనిపోయి నర్మదోద్యానవనమందు చలువరాతిన్నె
పై నితనిఁబరుండఁబెట్టెదను. నర్మదాపురుకుత్సు లన్యోన్యవీక్ష
ణమున మోహావిష్టులై దంపతు లగుదురు గాక.

చిత్ర—తథాస్తు. అటులైన విశ్వామిత్రునిశాప మిప్పుడే ఫలింపనున్న
ది కాఁబోలును. మోహనవిద్య నీవు నేర్చినయెడలఁ దత్ప్రభావ
మున నీరాజునకును విదూషకునకును నిద్దుర గల్పించి రాజును
మాత్రము తీసికొనిపొమ్ము.

విదూ—ఈశాపమం దెక్కువపటుత్వము కనఁబడదు. మిత్రమా! విశే
షదుఃఖకారణమనియును దోఁచుట లేదు.

పురు—ఎందుచేత?

విదూ—అత్యంత సౌందర్యవతి యగుభార్యతోఁ జిరకాలము సుఖ మను
భవించి యాదిత్య తేజుఁ డగుకుమారునిఁ గాంచెద వని యామ
హర్షి పలికెనుగదా. ఇదివఱకు సుతుఁడు గలుఁగడయ్యె నను
చింతచేఁ దపించుచున్న నీ కీశాపము వరమే యయినచో సంత
సించుటకు బదులు సంతపించుచుంటి వేల?

పురు—ఓయి వెఱ్ఱివాఁడా!

గీ. నాకధోలోకగతి యుండ ♦ నారు లేల?
పుత్త్రు లేల? ధనం బేల? ♦ బొంది యేల?
నబ్ధిలోఁ బడి మునిఁగెడు ♦ నతనిచుట్టు
కెంపు లేల? వజ్రములు మౌ ♦ క్తికము లేల?

విదూ—రాజా! విచారింపకుము! అదృష్టదేవత గయ్యాళిపెండ్లామువ
లె నొకప్పు డొకచెంప గట్టిగ ముద్దు పెట్టుకొనును. మఱియొ
కప్పుడు చెంప విరుగఁ గొట్టును. ముద్దునకుఁ జెంప నిచ్చి దెబ్బ
కుఁ జెంప నీయకుండఁగలమా! ఈయకపోయిన నెత్తిపైనైనఁ

గొట్టక మానదు. లెమ్ము రాజా పోవుదము. (అని రాజును లే వదీయుచున్నాఁడు.)

చిత్ర—మోహనవిద్యను బ్రయోగించితివా?

అంశు—ఇదిగో ప్రయోగించితిని.

పురు—(కొంచెముదూరము నడచి) మిత్రమా! నాకుఁ గన్నులు దిరుగుచున్నవి. ఒక్కత్రుటికాల మిచటఁ గూర్చుండెదను.

విదూ—మంచిది (అని యిద్దఱును గూర్చున్నారు.)

పురు—

గీ. దళసరిగఁదోఁచు ఱెప్పల ♦ క్షులను మాటెఁ
దల మిగుల బరువగు చంగ ♦ దముల దూలె!
నదుకులేనట్టియూహలు ♦ మదినిఁ గ్రమ్మె
నిదురవచ్చెడు నని తోఁచు ♦ నేస్తకాఁడ.

విదూ—సహవాసదోషముచేతఁ గాబోలును, నాకు నట్లేయున్నది.

పురు—అట్లైనఁ గొంతసేపు విశ్రమింతము.

విదూ—అవశ్యమట్లే. నీవు గురుకపెట్టెదవు కాన దూరముగఁ బరుండుము. (అని యిద్దఱును నిద్దురపోవుచున్నారు.)

చిత్ర—(వారిని సమీపించి) ఉచ్చుఁబడినకొండముచ్చువలె నీబ్రాహ్మణుఁ డెట్లుముడుచుకొని పరుండెనో చూడుము.

అంశు—ఓరాజా! క్షమింపుము.

ఆ. హంసతూలతల్ప ♦ మందు నిద్రించు నీకె
మొరకు నేల నిద్ర ♦ బుచ్చినాఁడఁ
బూలపాన్పుపైనఁ ♦ బూబోఁడితో నిన్నుఁ
జేర్చి వేగ లోటు ♦ దీర్చుకొందు.

మిత్రమా! ఇఁక రాజు నెత్తికొని యురగలోకమునకుఁ బోవ సెలవిచ్చెదవా? (అని రాజు నెత్తికొనుచున్నాఁడు.)

చిత్ర—ఆ. భూభరంబుమోయు ♦ పురుకుత్సునీతని
నొక్కచేత నెత్తి ♦ యుంటి వీవు
భూమిమోయు శేషుఁ ♦ బోలుపారఁ గరకంక
ణముగఁ జేయుభూత ♦ నాథుకరణి.

ఇప్పుడు నీబాహుబంధమందుఁ జిక్కినయీమహారాజు నర్మదాబాహుబంధమందు ముందు స్థిరముగఁ జిక్కుఁగాక.

ఆ. స్నేహబంధమునకు ♦ నేనీవు వేఱ్వేఱు
తుదల మైత్రి మీవు ♦ బొదలుబర్వ
తోడఁ గ్రింద కేగఁ ♦ దోడనేపైఁబోదు
నేచి నీరుఁదోడు ♦ నేతమువలె.

విప్రవర్యా! లెమ్ము లెమ్ము (అనియిద్దఱును నిష్క్రమించుచున్నారు.)

విదూ—(లేచి)ఓహో! యెవ్వరో పిలుచుచున్నట్లున్నవారు (కన్నులు నులుపుకొనుచు) రాజా! ఇంటికి పోవుదము లెమ్ము. (కన్నులు తెరచి) ఏమీ! రాజు లేఁడయ్యెను! అయ్యో! యేమైపోయెనో కదా! నేనే యిదివఱకు సజీవుఁడనై యుండఁగ రాజున కేమిభయము కలిగియుండును? వేటతోఁగూడ వచ్చినభటులందఱును రాజును లేపి తీసికొనిపోయి యుందురు కాఁబోలును. రాజు నను మఱచి యేగియుండవచ్చును. అయ్యో! ఈయరణ్యరోదన మెందులకు? ఇంటికిఁ బోయి సావకాశముగ నేడ్చిన మంచిది. (అని నిష్క్రమించుచున్నాఁడు.)

ప్రథమాంకము సంపూర్ణము.

శ్రీ

నర్మదాపురుకుత్సీయము.

ద్వితీయాంకము.

రంగము—ఉరగలోకము నర్మదోద్యానవనము.

[నర్మదయును చేటిక నవమాలికయుఁ బ్రవేశించుచున్నారు.]

(ఒకమూల చలువరాతిన్నెపై పురుకుత్సుఁడు నిద్రించుచున్నాడు.)

(నర్మదయు నవమాలికయుఁ బూలచెట్లకు నీరుఁబోయుచున్నారు.)

నవ—నర్మదా! ఈపూలచెట్లు మిక్కిలి యదృష్టమును చేసికొనినవి సుమా!

నర్మ—ఎందుచేత?

నవ—మహారాజ పుత్త్రికవైన నీవలన సేవఁ గొనుటచేత.

నర్మ—పూలచెట్లు చక్రవర్తి చేతనైనను సేవఁగొనఁదగినవే కదా!

నవ—పుష్పవతి యగుకొమ్మవు నీవుమాత్రము సేవ నెందులకపేక్షించ గూడదు!

నర్మ—నీవు సేవఁజేయుచు నుంటివేకదా!

నవ—నాసేవ కేమిలెమ్ము; నీకుఁ బతిచేయవలసిన సేవమాట జెప్పితిని.

నర్మ—(నవ్వుచు) స్వచ్ఛమై లావణ్యవంతమై యొంటరియై యున్నయీ బొండుమల్లియపూవు నీకంటికి శోభగ నున్నదా? లేక ముండ్లపొద పైఁ బ్రాకినయీచంపకలత శోభావంతముగ నున్నదా?

నవ—ఆహాహా! నర్మదా! విశేషకళావంతుఁడై నీహృదయమును సంపూర్ణముగ రమింపఁజేయఁదగినవాఁడు లభించనియెడల వివాహోద్దేశమునే మాని యీబొండుమల్లెవలె నొంటరిగను, స్వచ్ఛముగను గాలము గడుపుచుందువా!

నర్మ—కాకేమి? కలువ, చంద్రునిరాకకై నిరీక్షించుట యుచితమే కదా!

నవ—నీతండ్రిగారినిమంత్రణముపలనవచ్చినరాజచంద్రులలోనొకఁడైన—

నర్మ—శుక్రకాంతిచేఁ గలువ వికసించునా?

నవ—(నవ్వుచు) ఉరగలోకరాజన్యు లందఱు నేకాక్షులే యయిరా!

నర్మ—సఖీ! వారినిదూషింతు ననుకొంటివా?

నవ—ఆత్మస్తుతి చేసుకొనుచుంటివా?

నర్మ—నేను బంగారమువంటిదాన నైనను మణినే యపేక్షింతును—తృణమువంటిదాన నైనను మఁణినే యపేక్షింతును. భగవంతుఁడు నాకనులం దుంచినయట్టియపేక్షాశక్తియొక్కస్వభావమును వెల్లడించుచుంటినే కాని వేఱుకాదుసుమా!

నవ—భూలోకమున నుండురాజేంద్రుల నెవరినైన వరింతువా?

నర్మ—చూచి చెప్పవలసినదికదా!

నవ—భగవంతుఁడనుగ్రహించినయెడల శీఘ్రముగా జూతుమేమొ!

నర్మ—ఆదృష్టినే యుంటచేత నిద్రబోవుచుండగఁ జూతుమేమొ!

నవ—ఆహాహా (అనినవ్వుచు) కలలోనా? నర్మదా! ఈదినము నీమోమొకవిలక్షణకాంతిచే శోభించుచున్నదిసుమా!

నర్మ—నీకన్నులు మాఱియుండవచ్చును.

నవ—అట్లైనచో దృష్టిభేద మన్నివస్తులయందుఁగూడఁ బరిణమించవలసినదికదా—ఒక్కనీమోమునందుమాత్రమే యపూర్వశోభ భాసించుచున్నదిసుమా!

నర్మ—ఎట్లు!

నవ—కంటిని ప్రమాదవశముచే నలుముకొనిన వ్రేలితోఁ జెక్కు నంటుటచేఁగాబోలును! చెక్కుపై నల్లని కాటుకచుక్కయు, చెమటచేఁ గాఁబోలును! కొంచెము జారి యిరుపాయలైనబొట్టును సంపెఁగపూలగుత్తులయొద్ద నుండుటచేఁ బసపు రాచినట్లు కనఁబడుచున్న నీమోమును, జాజిపూఁబొదరింట్లఁ దూరుటచే నాలత నీతలపై రాల్చిన కుసుమములునుజూడ నీమో మింతంతనరానికాంతిచేఁ బ్రకాశించుటయేకాక శీఘ్రముగ నీకు వివాహ మగుననికూడ సూచించు చున్నది.

నర్మ—(నవ్వుచు) ఓసివెఱ్ఱిదానా అభిమానమువలన నిట్టివింతలు నీకు కనఁబడుచున్నవి.

నవ—సఖీ, నర్మదా! ఈవింత కేమి యటు చూడుము. ఐరావతముపై రత్నఖచితమగునంబారి కట్టినట్లు ఆచలువరాతిన్నెపై నేదియో కన్పట్టుచున్నది చూడు.

నర్మ—నవమాలికా! అవునుసుమా! అది యేదియో చూచి వేగ రమ్ము.

నవ—సఖీ! ఇద్దరమును పోవుదము.

నర్మ—నా కెడమతొడ మిక్కిలి యదురుటచే నడువఁ గొంకుచున్నాను. నీవేపొమ్ము.

నవ—(అక్కడికి పోయి యాశ్చర్యముగఁ జూచుచున్నది.)

నర్మ—(తనలో) మహాసుందరపురుషుఁడును, అమూల్యమణిగణ ఖచితభూషణుండును, మహారాజలక్షణలక్షితుండు నగు నొకమహానుభావుఁడు నిన్నరాత్రి నాకు స్వప్నమున సాక్షాత్కరించి వడఁకెడు నాకరమును దనకరమునఁ బట్టి ‘‘ఈమణికొఱకేసుమా యీలోకమునకు వచ్చితి,, నని చెప్పి తంబురతీఁగ నొకకొస

మీాట ధ్వనియుఁ గంపమును తీఁగయంతయు వ్యాపించునటుల నొడలాపాదమస్తకము ఝల్లుఝల్లుమన నల్లనకన్నులు విచ్చితిని. శుభస్వప్న మైనవెంటనే రానియ్యఁగూడనినిదుర తనయంతఁ దానె మాయ మాయెను. హృదయమా! అట్టిమహాపురుషు నెన్నఁడైనఁజూచి—

నవ—(సంభ్రమముతో వచ్చి) సఖీ! నర్మదా! నర్మదా! సఖీ!

నర్మ—ఏమీా! అంతసంభ్రమమునకుఁ గారణ మేమి!

నవ—ఎండదగిలిన మృగరాజము చలువకొఱకు చెట్టునీడనున్న పాలరాతిపలకపైఁ బరుండి నిదురబోవుసట్లువరో కిరీటాంగదభూషణుఁడగునొకమహాతేజశ్శాలి యాచంద్రకాంతశిలావేదికపైఁ బరుండి నిదురించుచున్నాఁడు.

నర్మ—చాలు !చాలు! సఖీ! నీమాటలను నేను నమ్మను.

నవ—సఖీ!పరిహాసముగాదు.యథార్థమేచెప్పుచుంటినిచూతువుగానిరమ్ము.

నర్మ—(తనలో) దీనివైఖరి చూడఁగ యథార్థముచెప్పుచున్నట్లు తోఁచుచున్నది. అసత్యవార్తనుగురించి సాక్ష్యమిచ్చెదునన్రపామాణికుల పరస్పరాసందర్భవాక్యములవలెఁ గాక దీనినోట వెడలుమాటలను కనులసంభ్రమము, చెక్కులవిలక్షణకాంతియు సందర్భముగ స్థిరపఱుచుచున్నవి. కావున,

నవ—సఖీ! యెందులకీయాలోచన? పోయియుండినయెడల నీసరికిఁ జూచి తిరిగి వచ్చియుందుము.

నర్మ—అటులైన పోదము రమ్ము (ఇద్దఱును రాజునొద్దకుఁబోయి నిలువఁబడి యాశ్చర్యముతోఁజూడసాగిరి)

[అంశుమంతుఁడు ప్రవేశించుచున్నాఁడు]

అంశు—ఆమహారాజుపైఁ బ్రవేశపెట్టినమోహనవిద్య నుపసంహరించుట మఱచియే వెళ్లితిని. ఈసరికి నర్మద యాతనిని చూచినదో

లేదోకదా! (అటునిటు పరిశీలించి) ఆహా మంచిసమయమునకు వచ్చితిని. తిరస్కరిణిచే నిచట ప్రచ్ఛన్నుఁడనై యీచిత్రమును జూచెదను.

గీ. పరమలావణ్యయుతగాత్ర ♦ వల్లియురగ
రాజపుత్త్రిక యీమహా ♦ రాజుదాపుఁ
జేరినది యల్లజేసూన ♦ హారఘార
సారమాలతి సురపొన్నఁ ♦ జేరులీల.

నవ—సఖీ! నాపలుకులు బూటకము లంటివే.

నర్మ—(నవమాలికయొక్క నోరు మూసి) నిమ్మళముగమాటలాడుము (నిట్టూర్పువిడిచి) ఇప్పుడైనను నాకన్నులను నేను నమ్మలేకున్న దానను.

నవ—(నవ్వుచు) నీచేతితో స్పృశించిన యథార్థమని నమ్ముదు వేమో.

నర్మ—(తనలో) నిన్నను స్వప్నావస్థయందుఁ జూచినపురుషుఁడు వీని వలెనున్నాఁడు. ఇదినాకు తిరిగి స్వప్నావస్థయేమో! (ప్రకాశముగా) నవమాలికా! నేను నిదురబోవుచుంటినా! మేల్కాంచియే యుంటినా?

అంశు—ఆహా! మదనవికార మారంభమైనది.

నవ—"నిదురబోవుచుంటినా మేల్కాంచియుంటినా" అనినన్నడుగుచుంటివా! అడిగినవా రెవరో యదియైన నెఱుగుదువా!

నర్మ—(కోపముతో) ఏమి, అంతపరిహాసము.

నవ—నిదురబోవుచున్నరాజును జూచినమాత్రముననే వానితోనైక్యమగుటచేత నీవును వానివలెనే నిదురబోవుచున్నట్లు భ్రమసితివా!

నర్మ—నీవు నన్ను కలఁత పెట్టుచుంటివిసుమా.

నవ—ఈమహారాజు నిన్నుకలఁతపెట్టుచుండ నన్ననుట వేల?

నర్మ—(తనలో) హృదయమా! నిదురఁబోవువాని చూచినంత మాత్ర మున నే నీవింత యుబ్బుచుంటివే, ఆమహాపురుషుఁడు మేల్కాంచి యాదరించువాఁ డైన నీ వెట్టులుందువో కదా! (ప్రకాశముగా) సఖి! మనలోకమందలి పురుషులకంటె భిన్నలావణ్యారూపాతిశయములుకలయీపురుషుఁ డెవ్వరై యుండవచ్చును?

నవ—నీచిత్తాబ్జమును వికసింపఁజేయ వచ్చినయీయాదిత్యుఁడు.

నర్మ—సఖి! అటులాక్షేపించుచుంటి వేమి? ఈపురుషునిజూచి నేను మోహపడితి నని నీవు దుర్భ్రమ పడుచున్నావుకదా!

నవ—(నవ్వుచు) ఆవిషయమై నాకనుమానము లేదు.

నర్మ—సఖి! ఈతని నిక్కడి కెవరు తీసికొని వచ్చినారో!

నవ—నీయదృష్టదేవత,

అంశు—గీ. నిన్ను నర్పింపదెచ్చితి ♦ నిన్న శేంద్రు
నిరుపురును మీరు వెలయంగ ♦ నే సుఖింతు
తానొసఁగువిద్యచే ధన్యుఁ ♦ డైనశిష్యు
వరునిఁ గని సంతసం బందు ♦ గురునికరణి.

నర్మ—(తనలో)రాజా! నాథాయనిపిలుచుభాగ్యము నా కెప్పుడగునో కదా (ప్రకాశముగ) సఖి! వీనిమోముచిన్నబోయిన ట్లున్నదినుమా.

నవ—నిన్ను జూచువఱకు కాలాగుననే యుండును.

అంశు—ఆహా! శాపముచేఁ గలహృదయఖేదము నిదురబోవుచున్న వీని మోమునం దామె యెటులఁ గనిపెట్టెనో. ఆహా! మోహముయొక్క సామర్థ్య మింతం తనరాదుగదా.

ఆ. అతఁడుఖిన్నుఁ డయ్యె ♦ నం చట్టె గనిపెట్టె
వానిపైని రాగ ♦ వశతచేత
నొనర రాగమునకు ♦ నొడలెల్లఁ గన్నులే
వేయియంబకముల ♦ వేల్పులీల.

నర్మ—సఖి! మోమునందలియావిన్న బాటుగూడ నెంతోశృంగారముగ నున్నది.

అంశు—ఇది స్వభావమే.

ఆ. విభునిలోటులైన ♦ వేయి శృంగారంబు
లగుట నిజము సుదతి ♦ యతులకును
బలక లొనరియున్నఁ ♦ బలుగాజుకణికతోఁ
జూచుబెడ్డ రత్న ♦ శోభ గనదె.

నవ—సఖి! నీవు వీనిపాదసాన్నిధ్యమందుఁ గూర్చుండుము. గాఢముగ నిద్రబోవుచున్నాఁడు.

నర్మ—నీవుఁ గూర్చుండినచో నేనుగూడఁ గూర్చుండెదను.

నవ—[నవ్వుచు]ఆలాగా? సరే (అని యిద్దఱు వాని పాదములయొద్దఁ గూర్చుండిరి.)

నర్మ—[తనలో] ఈమహారాజుసరసను గూర్చుండి పరమానంద మిప్పు డొందుచుంటినికదా. అతఁడు మేల్కాంచినవెనుక నన్నంగీక రించునో తిరస్కరించునో?

నవ—సఖి! నీ వేమి యాలోచించుచున్నావు?

నర్మ—నీవేమోవ్రాయుచున్న ట్లున్న దది యేమి?

నవ—మఱేమియు లేదు. నిన్నేవ్రాయుచుంటిని. నీవలన నేర్చినవిద్యయే కదా.

నర్మ—నన్నేల వ్రాయుచుంటివి?

నవ—విశేషమేమియు లేదు. సఖి! నర్మదా! ఈమహారాజేచంద్ర కాంతవేదికపైఁ బరుండ శేషశయనుఁ డగుశ్రీమహావిష్ణువునలెఁ బ్రకాశించుచున్నాఁడు. మన మిద్దఱము—

నర్మ—(కోపముతో) ఛీ! యేమనఁబోవుచుంటివి?

నవ—(అక్కడనుండి లేచి యావలకు వచ్చి) నేను భూదేవివలె నుంటి

ననినే ననిపోవుడు ననికదాసికింతయహంకారము కలిగినది. నమో-
డు నీకింకను లభ్యుండు కాకయుండెను; నీవనంగనాదినమునాండు
నీవుపూర్ణముగ వినకయేపోయితివి. ఎందులకీ సి కింతొందరపా-
టు! కానిమ్ము. కైలాసగతుండగు శంకరుని యర్ధాంగలక్ష్మి
యగుదుర్గామహాదేవివలె నీ వుంటివన్న నీవు సంతోషించెదవా?

అంశు—శబాస్ నవమాలికా?

నర్మ—(దిగుచు) ఛీ! సఖీ? నన్నెత్తిపొడుపుమాటలాడెదవేం?

అంశు—

ఆ. అతివలందు బురుషు ♦ లందు హేతువు లేక
యే యసూయం జెంది ♦ యెప్పు డులుగు
నాండువారిచిత్త ♦ మలరారు గాలిచే
లేక కదలురావి ♦ యాకుభంగి.

తడవైన దింక రాజుపైం బ్రవేశపెట్టినమోహాసవిద్య నుపసంహ-
రించెదను.

నవ—[రాజును సమీపించి తాను వ్రాసినచిత్రపటమును రాజుప్రక్క-
ను పెట్టుచున్నది]

నర్మ—నాపటము నారాజుప్రక్క నెందుల కుంచితివి?

నవ—నీరాజుకనుకనే యుంచితిని. ప్రక్క నెందుల కుంచితి నని యా-
క్షేపించుచుంటివా? పోనిమ్ము. భావిశుభావసూచనగాం బైని
నే పెట్టెదనులెమ్ము.

[అని నిమ్మళముగాం దీసి యతనివక్షముమీందం బెట్టుచున్నది.]

నర్మ—ఛీ! ఏమిపని జేసితివి! [అని రాజునొద్దకు పోయి యమూల్యమగు
నాతనివక్షమునుండి లాగుకొనంబోవునెపమున నతని బాగుగ
స్పృశించుచున్నది. చిత్రఫలక మచ్చటనే పారవేయుచున్నది.]

[అంతట రాజు మేల్కాంచుచున్నాఁడు.]

[అంతట నర్మదానవమాలికలు శీఘ్రముగఁ బయల్వెడలి పూలచె ట్లసందునఁ దాఁగిరి.]

నవ—ఎంతగమనుచున్నావు. రాజును సన్నుతించుటకుఁ బాత్రోపలాలనము చేసి కొనునట్టి వారెవరో?

నర్మ—(తన్మనంబున నాలోచించుచున్నది.)

పురు—[లేచి కన్నులు నులుముకొని] ఓహో హాలాహలాగ్నిపవనా!

ఆ. మనుక నిద్ర లేచు ♦ వెంటనే యేవనెనా,,
యుండుమఁ దలంతు నిన్ను ♦ మంచు గాఁక
సుందర,, యని చిత్త ♦ మందున మనసున నుండుఁ
జెట్టునా సురలం దెల ♦ నెట్టనాఁడె.

నింతు—ఆ. పరమభాగ్యశాలి ♦ పురుషులు కీలలో నఁ
నిట్టు దీపనాలు ♦ నట్టినంత
కాన చేతఁ బరసు ♦ చేరి కట్టెనవాని
కవని మట్టి బంగ ♦ గ్గైనరీతి.

నీవు మహానుభావ్యస్తుతించెదవు రాజా!

పురు—(కన్నులువిప్పి) ఏవిరా యొట్టనప్పుడుమాటాడి లేచుచున్నమనమ్మెనా కదా? (అటునిటు కలయఁ జూచి) తెల్పుల మాతయునటుగ్గిగానుచునదే! నే నిదిమునే చెన్నగమను జూచి యుంటను. మాన్యావిత్రుని యూత్రమునందు మొదట నిద్రించితిని. ఇప్పటి మేల్కాంచితిని. ఇది యూత్రమును గాదనుట నప్పట్టినను.

సీ. పెంపుసంపతులు ♦ ప్రియవాక్యముల గాని,
కొంచెమిపుష్పముల నేను ♦ ఘోరమగు నిల్లు
లలితదోహదవాస ♦ సలు గుభ్రిలో కొను గాని,
సహాయమాగ్నిపరిమళ ♦ మేమి లేదు

పడఁతులు కొప్పున ♦ ముడుచుపువ్వులె గాని,
　　　　పూజ కుత్తమములౌ ♦ పూలు కొలఁది
రతియోగ్యతమకుటీ ♦ రములగములె గాని,
　　　　గూఢసమాధ్యర్హ ♦ గుహలు లేవు.
గీ. గాన మున్యాశ్రమం బిది ♦ కాదు నిజము
నవనవారంభయౌవన ♦ వివశలైన
స్త్రీలయుద్యానవన మిది ♦ తెలియఁ గాదె
పైఁటకొంగేదొ కాషాయ ♦ శాటి యేదొ!

నవ—మహానుభావా! బాగుగఁ గనిపెట్టితిరి.

నర్మ—సఖీ! ఆపురుషుఁ డింతసంభ్రమపడుచుండె నేమి చెప్పుమా! ఇప్పటివఱ కామహానుభావుని చర్య యుగ్రాహ్యమై యున్నది.
(తనలో) హృదయమా! ధైర్యమ వలంబించుము.

పురు—ఇది యామహామునియాశ్రమమే కాని యెడల నే నిప్పు డెక్కడ నుంటిని? ఆహా! యింకను నిదురబోవుచుంటి నేమో (కన్నులఁ దుడుచుకొని) ఏమీ ప్రత్యక్షముగా జాగ్రదవస్థలోనే యుంటి నికదా.

గీ. కనులు గాంచెడుఁ, గర్ణముల్ ♦ వినెడు నిచటి
కలితషట్పదకలకంఠ ♦ కలరవముల,
మంచి దిదియుంచుఁ గాదంచు ♦ మనము నిశ్చ
యించు, నిదురంచు నే నెటు ♦ లెంచువాఁడ.

ఒకవేళ—

గీ. గాటముగుకలఁ గని మేలు ♦ గాంచునరుఁడు
స్వప్నవస్తువులనె చూచు ♦ సరణి నుండు
వనమునను భామఁ గని యింటి ♦ నెనయువీరికి
యేద్రిప్రాఁకిన పాముగా ♦ నెంచురీతి.

యిట్టియవస్థలో నుంటినేమో — అదియే యైనయెడల శీఘ్రముగా
నట్టిదుర్భ్రమ శివనామస్మరణచే నివారణ కావలసినదే కదా.

గీ. భూతగణనాథ! భూధర ♦ పుత్త్రికాస
నాథ! లాలితగణనాథ! ♦ బాధితరతి
నాథ! నాకైనయీస్వప్న ♦ బాధ బాపు
నాథ! లోకాధినాథ! య ♦ నాథనాథ.

(అని కన్నులు దెరచి యిటునటు జూచుచున్నాఁడు.)

అంశు — ఆహా! మహారాజా! నీకింతతొట్రుపాటును నేను కలుగఁజేసి
తినిగదా.

పురు — ఏమీ ఇంకను వెనుకటివలెనే యున్నదే! ఇదిస్వప్నవిషయమైన
దుర్భ్రమ కాదు. మఱి యేమైయుండునో? ఇది భూలోకమే
కాదేమో!

గీ. ఉష్ణ మధికముగా నుండె ♦ నురగపుత్త్రి
తులరవంబులు మెండయ్యె ♦ గులకరాళ్ళు
గూడ మాణిక్యకాంతుల ♦ తోడ నొప్పు
భూమి యిది కాదు కాదను ♦ బుద్ధిపొడము.

అంశు — అవును చక్రవర్తీ!

గీ. బూటకంబైనయూహలఁ ♦ బోఁగ విడిచి
తుదకు నిజమును గ్రహియించి ♦ పొదలి తొర
అడవిలో దారిదప్పుచు ♦ నరసి యరసి
మఱల నొట్టులో యిలు జేరు ♦ మనుజుకరణి.

నవ — ఈమహానుభావునిమాటలవలన నితఁడు భూలోకవాసియై యేకా
రణముననో యిచ్చటికి వచ్చినట్లు తెలియుచున్నది.

సర్మ — ఓమహాపురుషా! ఇది యురగలోక మని గ్రహించినట్లుగనె
నిన్ను వరించుకాంతయిచ్చటనేయున్నదని కూడగ్రహింతువుగాక.

పురు—ఛీ! మూఢా! పురుకుత్సా! ఇదిభూలోకము గాదని భ్రమించుచుంటి వేమిరా!

ఆ. నాదుబాహుపీఠి ♦ నేదయ లాలించు
భూమి నేను వేఱు ♦ బొంద నగునె?
నేను బ్రతికియుండ; ♦ సూనంబుఁ జెడకుండ
దానిపరిమళంబు ♦ దలఁగునెట్లు?

అంశు—ఓహో! మహారాజా!

ఆ. తప్పితప్పి తుదకు ♦ నొప్పు గాంచఁగఁబోయి
తిరిగి మోసపోయి ♦ తివి తరంగ
మొకటి వచ్చి తీర ♦ మొందింప వేఱొంట
వనధిఁ ద్రోయఁబడిన ♦ మనుజాకరణి.

సవ—సఖీ! ఇతఁడు భూమినిఁబాలించుపురుకుత్సరాజేంద్రుఁ డని వింటిమి. నీ వదృష్టవంతురాలవు.

నర్మ—(తనలో) హృదయమా! శాంతి నొందుము.

పురు—అయ్యో! ఇది భూలోక మని తోఁచకున్నది ఇఁక మఱి యేమైయుండునో కదా! నేను పురుకుత్సుఁడ నేకదా?

(తలపంకించి కిరీటమును జేతఁ బట్టుకొని)

ఆ. మహితతేజుఁ డైన ♦ మాంధాత మాతండ్రి
బెట్టుదీని నేనె ♦ పెట్టఁ దగుదు
హరునిచేఁ ద్రిశూల ♦ మలకుమారస్వామి
పట్టఁగాని యెవఁడు ♦ పట్టఁగలఁడు?

ఆహా! ఏమియుఁ దోఁచకున్నది చిత్తమా!

ఆ. కానియూహ లెన్ని ♦ కావించి నిజమును
దెలియలేక సొమ్మ ♦ సిలితి నీవు
గదినిమూయఁబడిన ♦ కలకంఠ మిటునటు
నెగిరి యెప్పి సీర ♦ సించుగతిని.

ఓహో! విశ్వామిత్రా! నీకధోగతియగునంటివిదేనా?

అంశు—సత్యము, సత్యము, ఇదే.

నర్మ—(తనలో) అయ్యో! విశ్వామిత్రునివలన నధోగతిపాలగు మని శాప మియ్యఁబడితివా! శాపమున్న సరే! మఱే యేదోషమున్న సరే! నిన్నే నేను వరింతును.

పురు—గీ. ఇంతకంటె నధోగతి ♦ యేది గల్గు
నేడనుంటిని? యెవఁడను? ♦ యేదిస్థితియొ?
యెఱుఁగ కీరీతిఁ గేకల ♦ నిడుచునుంటి
సంధియెత్తినజ్వరితుని ♦ చందమునను.

ఆహా! పరమేశ్వరుఁడా! ఎట్టియవస్థ తటస్థింపఁజేసితివి! కానిమ్ము; పురుకుత్సుఁ డభాగ్యపరుఁడా! ఈధనువు చేతనుండఁ బురుకుత్సు నెదురాడువా రెవరు! (అని లేచుచున్నాఁడు.)

అంశు—ఓయివెఱ్ఱిరాజా! నీధనువు నిన్ను గాచు ననుకొంటివా?

ఆ. తుంటవింటఁ దూఁపు ♦ నంటించి చలముతో
నిన్ను ద్రెవ్వఁ గంటుఁ ♦ డున్నవాఁడు
ధనువు వదలి యదిగో ♦ తరళాక్షికన్నెమ
వింటి ప్రాపుఁ గాంచి ♦ విజయి వగుము.

పురు—ఎచ్చటికిఁబోదును! ఇచ్చటస్థితిగతులు తెలియుట కేమియు నాధారము లేదయ్యెను.

ఆ. నేను పలుకుమాట ♦ నేనె యాకర్ణింప
వలయుగాని వినెడు ♦ వాఁడు లేఁడు
తనప్రతిధ్వనులను ♦ తానె వించును గుహ
బొబ్బరించుసింహ ♦ పోతమట్లు.

నర్మ—(తనలో) వినెడువారే కాక విని నీయిష్టానుసారమే ప్రత్యుత్తర మిచ్చువారునుగూడ నిక్కడ నున్నారు. ఇటు రమ్ము.

పురు—(అటునిటు నడచి) ఏమిది? భూర్జపత్రమా! (సంభ్రమముతో దీసికొని)

గీ. మణులనైనను కాలితోఁ ♦ జెనకువాఁడ
దీని సంభ్రమంబునఁ దీసి ♦ తెని విశేష
మలజడినిబొందు నాయున్కి- ♦ దెలియ నేట
మునుఁగువాఁడు తృణంబైనఁ ♦ గొనినకరణి.

(చిత్రఫలకమువంక దేరిపార చూచుచున్నాఁడు.)

నవ—సఖీ! నీవిగ్రహమును భుజపత్రమందు చూచుచున్నాఁడు. ఇఁక నీవు గెలిచితివి.

నర్మ—సఖీ! నిజముగా నాచక్రవర్తి నాకు లభించకుండినయెడల నేను జీవించెదనా?

పురు—(పటమును జూచి మందహాసమును జేయుచున్నాఁడు.)

నవ—నర్మదా! నీరూపమును జూచి రాజు మందహాసము జేయుచున్నాఁడు.

నర్మ—అయ్యో! సౌందర్యవతిని కానని నవ్వుచున్నాఁడేమో! నీవు యథార్థరూపమునే లిఖించితివా! లేక యసందర్భముల నేమైన వ్రాసితివా?

నవ—సఖీ! రాజేమో మాట లాడఁబోవు చున్నాఁడు.

నర్మ—అయ్యో, ఏమనునో కదా!

పురు—(పటమువంకఁ జూచి) ఆహా!

గీ. కన్ను లుండినఫల మది ♦ గాంచినాఁడ
నోరు నెవ్వంగ స్తుతి సేయ ♦ నోఁచినాఁడ
పులక లెత్తంగఁ గౌఁగిటఁ ♦ బొదువువాఁడ
ప్రతిమ! నాచింతఁ బాపఁగ ♦ వచ్చినావు.

నవ—సఖీ వింటివా! ఇఁక నీయువశిష్టమేకదా.

పద్మ—ప్రతిమకు నీవు నానైజసౌందర్యముకంటె నెక్కువ గలిగించ లేదుకదా.

నవ—ఎక్కువ గలిగించుట కవకాశ మేది?

పురు—ఓహో! ఈకాంత నా కెట్లు లభించునో! దీని నెనయకుండిన యెడల నే నెట్లు బ్రతుకువాఁడ.

గీ. పద్మపత్త్రాక్షి, వికసిత ♦ పద్మవదన
దీనిఁ గూడక నే నుంటి ♦ నేని నాదు
జీవనము నిందనీయమై ♦ పోవుఁ గాదె
పద్మలత లేనికొలనిజీ ♦ వనముభంగి.

నవ—గంభీరమైనగర్జలతోఁ గూడిన మేఘమునుండి జారినస్వాదూదకబిందువులను వానకోయిల గ్రోలునట్లు వీని రసవంతంబు లగుగభీర వాక్యములను జెవులారఁ గ్రోలి నీచిత్తతాప మార్చుకొనుము.

పద్మ—నాకొఱ కామహారా జింత పరితాపపడుచున్నాఁ డని నేను వ్యసనము నొందుచుంటిని.

అంశు—రాజా! మునివాక్యఘాతము విశేషమా? కుసుమకోదండనిర్ఘాతసాయక ఘాతము విశేషమా!

పురు—గీ. తిట్టె ముని యంచు గిజగిజ ♦ కొట్టుకొనఁగ
నట్టె పైఁబెట్టినను పూవు ♦ టమ్ము బెట్టి
కొట్టె సుమసాయకుఁడు దయ ♦ కట్టిపెట్టి
కలుగుకంటిని వ్రేలితోఁ ♦ గలఁచినట్లు.

ఆ. కాంతచింత నాకు ♦ గడువిశేషం బైన
కారణమున వెనుక ♦ గల్గుచింత
వేగ నడఁగిపోయెఁ ♦ బెద్దదీపము చిన్న
దీపమునకుఁ గ్రింద ♦ దాచినట్లు.

ఓహో! చిత్తమా!

ఆ. ప్రతిమఁ జూడ నిట్టు ◆ లతిసంభ్రమము బొందు
నీవు కాంతఁ జూడ ◆ నిలువఁగలవె?
కలను ధనపుప్రాతుఁ ◆ గాంచి పొంగెడుపేద
దృష్టనిధినిఁ బొందు ◆ రీతిగాఁగ.

ఏమైనను సరే. దానిని వెదకి చూచెదను [అటునిటు నడచి]

గీ. సుమములార! శ్రీచందన ◆ ద్రుమములార!
వల్లులార! సారంగీమ ◆ తల్లులార!
ప్రసవహాస, చందనగంధి, ◆ రమ్యగాత్ర
వల్లి, గజయాన, జూపుఁడీ ◆ పరమదయను.

ఓహో! ఈయరణ్యమును జూడ నత్యద్భుతరామణీయకఖని యైయున్నది. ఇంత యపూర్వలావణ్యమైనయుద్యానవనమును ము న్నెన్నఁడును కనియు వినియు నెఱుంగను. ఇది యథార్థము యినవనము గాక మాయావన మని తోఁచెడిని.

గీ. మాయచేఁ బుట్టువస్తువు ◆ మహితశోభ
సత్యమౌవస్తువున కేల ◆ సంభవించుఁ?
చిత్తకల్పితసౌఖ్యవి ◆ శేషమహిమ
యిలను బ్రత్యక్షసుఖమున ◆ కేలయుండు?

ఆహా! ఆహా! ఆహాహా!

గీ. చుట్టు జాజిమొక్కలగమి ◆ శోభఁజెంద
నడుమసఖితోడ నయ్యది ◆ వెలుగుచుండె
నెలఁత పరివేషయుతరోహి ◆ ణీసమీప
గతశరత్కాలవిధుకళా ◆ కలికవలెను.

గీ. వనితరూపంబు లావణ్య ◆ వైభవమును
గన్ను లున్నందు కిప్పుడే ◆ గాంచకుండఁ

బోఁడిని నాకన్నులును రెండు ♦ మాయసాగెఁ
జలివెలుఁగురాకఁ జేబద్మ ♦ ములనుబోలె.

అయ్యో! నాప్రారబ్ధ మేమో! ఈనెలఁతకూడ మాయాకల్పిత యని తోఁచుచున్నది. అట్లే కానిచో నిట్టి సౌందర్య మలభ్యముగదా! [నర్మదవంక కొంచెము సంకుచితాస్యుఁడై చూచుచున్నాఁడు]

నర్మ—అయ్యో! సఖి! ఇఁక నాయాశ వ్యర్థ మయినది సుమా! రాజేమో కోపదృష్టినిఁ జూచుచున్నాఁడు.

పురు—ఇక్కడికి నే నెట్లువచ్చితినో తెలియకున్నది. ఇది యేలోకమో తెలియ కున్నది. నే నెవ్వఁడనో కూడ ననుమానింపవలసినట్లే యున్నది. ఈవనమెవరిదో యగమ్యగోచరమైయున్నది. ఆకాంత మఱెవ్వరో యేమి తెలియఁగలను? అహా! ఇది యంతయు విశ్వామిత్రునిమాయ కదా! అయ్యో! గాధినందనునియింద్రజాలమునఁ బడి చెడితినికదా! ఆహా! గాధినందనా!

గీ. చిఱుతపులినిఁ బెట్టి ♦ ఛేఁఘు జారగనిచ్చి
దుష్టిఁ జేసి కొంప ♦ ద్రోచినాఁవు
వనము మార్చి స్త్రీల ♦ ననిచి నోరును జార
నిచ్చి యేమి చేయ ♦ నెంచినావొ!

అంశు—ఓయివెఱ్ఱిచక్రవర్తీ! ఈభ్రమ ని న్నింకను విడువకున్నదా!
ఓహోహో! కామదేవా!

ఆ. ఇంక వెఱ్ఱిభ్రమల ♦ గొంకెడుఁ తని
పారి నీకొక్కగట్టి ♦ పోటుఁ బొడుము
నుడువుచుండి తప్పు ♦ పొడిదెబ్బలను లక్ష్య
పెట్టనట్టిశిష్యు ♦ మొట్టునట్లు.

నర్మ—అయ్యో సఖీ! ఇఁక నుపేక్షింప నాజీవనాపేక్ష సీకు లేదనుకొ
మా! ఆమహారాజు నిచ్చటికి తోడ్కొని వచ్చెదవా!

నవ—అవశ్య మిప్పుడే తోడ్కొని వత్తును. (అని రాజువద్దకు వచ్చి
నిలిచినమస్కరించుచున్నది.)

పురు—కళ్యాణమస్తు! ఎవరవునీవు?

నవ—నే నురగలోకమహారాజు పుత్త్రికయగునర్మదయొక్క సఖిని.

పురు—ఇదియు రగలోకమా! ఈవనము మాయావనము కాదుగద!
మీకాంత మాయాకాంత కాదా! నీవును మాయాస్వరూపమ
వు కావా!

నవ—ఇది యథార్థమయినయురగలోకము, మేము యథార్థమయిన
గాంతలము. మానర్మద యచ్చట నున్నది. కాన నదా మచ్చటికి
దయచేసి మా చెలికి మీదర్శనలాభమును గలిగించి యాకన్
న్యారత్నముచే నొసఁగఁబడు—

పురు—(నవ్వుచు) కన్యకారత్న మేకద. అటులైన మాయాకన్యకయైనను, నీయాహ్వానమునకు సమ్మతించితిని.

ఆ. ఉర్వి మాయ యంచు ♦ నూరకుంటిమె నీదు
కాంత మాయయైన ♦ చింత లేదు
మాయలోనిమాయ ♦ మఱి సౌఖ్య మగునాట
కంబులోని నాట ♦ కంబుకరణి.

అంశు—ఆహా! ఏమి ఈమదన వేదాంతము.

నర్మ—(తనలో)ఓయదృష్టదేవతా! నన్ను శీఘ్రముగఁ గటాక్షింపుము.

పురు—మీ చెలి యొద్ద కిదుగో వచ్చుచుంటిని. దారి చూపుము. ఓకాం
తా నీపేరేమి.

నవ—అయ్యా! నన్ను నవమాలిక యనిపిలుతురు.

పురు—నవమాలికా! ఇఁక నా కీచిత్రఫలకముతోఁ బని యేమి!

ద్వితీయాంకము.

ఆ. పడఁతిఁ జూడనపుడు ♦ పనికివచ్చెనుగాని
పడఁతిఁ జూడ దీని ♦ పని యిఁకేల?
కత్తి కంఠసూత్ర ♦ కాలంబునను గాని
కలయనున్న వేళఁ ♦ గత్తి యేల?

(అని చిత్రమును బారవైచుచున్నాఁడు)

అంశు—భళీ! రాజా! వివాహము కాకమునుపే గర్భాధానమును సూచించుచున్నావు!

నర్మ—చిత్తమా! ఉప్పొంగుచుంటివిగదా! (నవమాలికాపురుకుత్సులు నర్మదాసమీపమునకుఁ బోయిరి)

నవ—పొంకుపుకొండపై చంద్రుఁడెక్కినట్లే నీచంద్రకాంతశిలావేదికపై నో రాజా! తామధయ చేయుఁడు.

నర్మ—(తనలో) ఓసివెఱ్ఱిదానా! నాచిత్తమువలెనదియును గరఁగిపోవు నుకాదటే!

పురు—(కూర్చుండి) నర్మదా! నీవుకూడ కూర్చుండుము.
(నర్మదానవమాలికలు నిలుచుండియున్నారు.)

పురు—నవమాలికా! మీసఖి క్షేమమేకదా

నవ—తమయనుగ్రహమువలన క్షేమమే-అయిన-

పురు—అయిన నేమి?

నవ—మరియేమియు లేదు. తా మేమో పరితాపపడుచుంటి రనుచింత యామెకు గలిగియుండెను.

పురు—ఆపరితాపమైనను, మీసఖినిఁగూర్చియేకదా!

నర్మ—నేను మీకట్టివిచారమును గలిగించితి నని లజ్జపడుచున్న దానను.

పురు—నీవుస్వయముగా గలిగించినపరితాప మేమియు లేదు. నీచిత్రఫలకముఁ జూచి యత్యానందము నొందితిమి. నీయథార్థస్వరూపమును

జూచి పరవశులమై యయితిమి. ఇంక నాం కిదివరకుఁబరితాపముగ
లుఁగజేసి నీకటాక్షము మున్నచో శిక్షాపాత్రుఁడు కానున్నవాఁడు.

నవ—ఎవఁడమ్మా! వాఁడు!

పురు—మన్మథుఁడేకద.

నవ—నీప్రపరితాపకారణమవు కావని యామహారాజు పలుకుచున్నచో
నింకను లజ్జయొందెదవు? మో మెత్తి వారితో మాటలాడుము.

నర్మ—నాకు వంకలు దిద్దుమని నీతో నెవరును జెప్పియుండలేదు.

పురు—నర్మదా! ముఖము వంచినయెడల ముఖచంద్రకాంతిచేఁ గుచచ
క్రవాకములు పరితపించునుసుమా!

నర్మ—సఖీ! ఇతఁ డెదుట నెల్లచుండనట్టిలోపము తటస్థించదని నీవు చె
ప్పరాదా. (అని మోమెత్తి కన్నులార జూచుచున్నది.)

పురు—ఆకారణముననేకదా నీనేత్రపద్మములు లిప్పుడు సంపూర్ణముగ విక
సించినవి.

నవ—నర్మదా! నీవు నిలుచుండుటచేత మహారాజునకు బాధగ నున్నది
సుమా.

పురు—బాధలేదు సరేగదా మిక్కిలి యానందకరముగ నున్నది.

నవ—(తనలో) ఎందుచేతనో యిట్లు లనుచున్నాఁడు!

పురు—నావంటివాని నీకాంత పతిగ నంగీకరించు నని యాశనాకు లేక
పోయినను, అంగీకరించితి నని చెప్పువిధముగ సతి పతియెదుట
నిలువబడిన ట్లీమెనాయెదుట నిలువబడుటయే నాకుపరమసంతో
షముగనున్నది.

నర్మ—(కూర్చుండి, తనలో) ఈయస్వాతంత్ర్యమును నాకుమనోహరము
గనే యున్నది.

పురు—నవమాలికా! ఒకరియెదుట నొకరు గూర్చుండ నామెయు నేను
నెట్లుంటిమో చెప్పఁగలవా?

నవ—వేఱే చెప్పనేల? పెండ్లికొడుకు, పెండ్లికూఁతురువలె నున్నారు. నేనుమాత్రము నడుమ తెరవలెనింక కొంచెమడ్డగ నున్నదానను.

నర్మ—మహారాజా! మీవృత్తాంతము కొంచెమింతకుముందే యిచ్చట వినియుంటిమి. మీ కా కోపిష్టమునియొక్క శాపముగలిగెనని విచారించితిని.

పురు—శాపమువర మేయయినపట్టీవ మాహాత్మ్యమువల్లనేకదా దుర్లభమయినయురగలోకమును జేరితి నతఁడే నన్నిక్కడకుఁ దీసికొనివచ్చినాఁ డని తోఁచుచున్నది. ఆతనివరమాహాత్మ్యమువల్లనేకదా యిట్టియపూర్వదర్శనలాభముగలిగినది. అంతమట్టున కేయూమునియొక్క వరమాహాత్మ్యమటుపైన నీకటాక్షమాహాత్మ్యమును, నాభాగ్య రేఖయే కదా!

నర్మ—ఒకలోకమువారు మీరు, వేఱొకలోకమువారము మేము; మీకును మాకును సఖ్యము సరిపడనిదేకదా.

పురు—అటు లనుచుంటి వేల?

గీ. తరణియెక్కడ యెక్కడ ♦ ధరణి; ధరణి
యేడ శశి యేడ; యాకర్ష ♦ ణోద్ధశక్తి
నొకరిచుట్టును దిరుగుదు ♦ రొకరువిఘువ
కెప్పుడట్టిచో సహవాస ♦ మెట్టు లాదవె?

(నర్మద కోపరక్తనేత్ర యగుచున్నది.)

గీ. కొమ్మ నర్మద కేమొకో ♦ కోపరక్తి
గండఫలకములందునఁ ♦ గానుపించెఁ
బండుతమలపాకులను బై ♦ నుండునెఱ్ఱ
యవిసిపువ్వులు ప్రతిఫల ♦ మైనయట్లు.

నవ—కోపకారణ మేమో మీరెఱుఁగనిది కాదు. ఆసంగతి నేను చెప్పినయెడల బాగుగ నుండదు నని మీ రడిగితిరి గాన చెప్పెదను.

ధరణీమిత్రులకును కువలయకువలయహితులకువలెనే ఇచ్చట
దూరసంగమమునుమాత్రమే సూచించితి రని——

నర్మ——ఛీ! అనవసరపుమాట లాడెద వేల? అవతలికి పొమ్ము.

నవ——(నవ్వుచు) చేత పండు చిక్కిన పిమ్మట డాంబికోక్తులతో నపహాస మేమి? (అని నిష్క్రమించుచున్నది)

(నర్మద నవమాలికవెంటఁ బోవుచుండఁగాఁ బురుకుత్సుఁ డడ్డగించుచున్నాఁడు)

పురు——పలుపలుకు లేల? నేను నిన్ను సంపూర్ణముగ వలచితిని. భూలోకరాజన్యు లందఱును నాపాదసేవఁ జేయుచుండ నేను నీపాదసేవఁ జేయుచు భూలోకమున నీతో నుండఁగలమహాభాగ్యము నీవు నాకు లభింపఁజేయనియెడల——

నర్మ——మీరు మహారాజులు. స్త్రీలోలురు. ఆక్షేపించితి ననితలంపకుఁడు. ఇదివఱకుమీకెందఱుభార్యలో నేనడిగిన నన్నుమన్నింతురుగాక.

పురు——ఇది వఱ కొక్కభార్యయే కలదు. సుమతి యనునది.

నర్మ——ఆమె మీకు నర్ధాంగలక్ష్మియేకద,

అంశు——ఆహా! భూలోకకన్యకల కుండుమాధుర్యములో సగబాలైన నీయురగలోకకన్యకల కుండదుగదా!

పురు——గీ. ఆమె యర్ధాంగలక్ష్మియే ♦ యైన నిన్ను
వెలఁది! నానెత్తిమీఁదను ♦ బెట్టుకొందు
నర్ధనారీశ్వరుం డైన ♦ యతఁడు పరమ
దయను దలమీఁద గంగను ♦ దాల్చుకరణి.

నర్మ——యథార్థమేనా!

పురు——ఉరగకాంతకువలె రెండునాలుకలుండునా?

నర్మ——మీరు దానికి ప్రభువే యయితిరే! అయినను నాచేతియుంగరము నీచేతినిఁ బెట్టుము.

పురు—(చేతినిఁ బట్టుకొని) ఇదియే పాణిగ్రహణముసుమా.

(నర్మదను కౌఁగిలించుకొనుచున్నాఁడు)

అంశు—ఆహా వారిసౌభాగ్యము.

సీ. మంజుకాంతుల దేదీప్య • మానుఁడతఁడు
కుసుమకోమలి దీనితోఁ • గూడి కనుల
పండువయియుండునని మహా • భవ్యలక్ష్మి
యలవసంతునిఁ గూడుచు • నలరినట్లు.

పురు—దేవీ! అదిగో చూడుము. పైఁ నల్లుకొనినజాజిపూలతలు రాల్చిన కుసుమములచే వేయనిపానుపు గలిగి సమీపస్థమణులయొక్క కాంతిచేఁ బెట్టనిదీపములు గలిగి ప్రకాశించుచున్నయాపూఁబొదరిల్లు మిక్కిలి శోభగ నున్నదిసుమా!

నర్మ—(గడ్డము పట్టుకొని) తొందరపడకుము. తండ్రిచాటుదానను. అతఁడు నాకు వివాహము శీఘ్రమునఁ జేయఁదలఁచి యున్నాఁడు. నీవును నేనును రేపు కలిసి యాతనిని దర్శించి అక్కడ సుముహూర్తంబున వివాహ మాడుదము.

అంశు—నర్మదా! బుద్ధిమంతురాలవు.

పురు—ఓహో! నర్మదా! నేను నీమాట కెదురాడఁగలనా! అయినను ఈనాయుంగరమును నీవు ధరించి నీయుంగరమును నాకిమ్ము. (ఉంగరములు మార్చుకొని) అహా! మణి మణినిఁ జేరుటచే నా యుంగరము నీచేతిని మఱింతశోభగా నున్నది.

అంశు—వీరిద్దఱు పరస్పరమోహావిష్టులైరి. ఇఁక నేను సంతసించితిని. ఈతని నిప్పుడే భూలోకమునకు తీసుకొనిపోక యిచ్చటనే యుంచినయెడల మారాజుగా రెట్లనుమానింతురో. ఏమి యసాధ్య మగునో. ఇతఁడా! మహారాజు; ఈమె మహారాజపుత్త్రిక. వీరిద్దఱిని మారాజుగారిసెలవు లేనిదే శాశ్వతముగఁ గూర్చుట

తప్పుపని. వీరికి నొకరియెడ నొకరికనురాగ మెటులుండునో కని పెట్టుటకు మాత్రమే వీరిని తీసుకొని వచ్చితిని. వీరిని శాశ్వతముగ సంధానపఱుచువాఁడా కామదేవుఁడే, అదియునుగాక.

ఆ. కష్టసాధ్యమైన ♦ కాంతపైఁ గలిగెను
శాశ్వతదయ సులభ ♦ సాధ్య గనునె?
రాతిమీఁదివ్రాఁత ♦ రహి నిల్చునట్టుగా
నిసుకమీఁదివ్రాఁత ♦ యెటులునిల్చు.

కావున సులభసాధ్యయయిన, నీనర్మదనుండి ఈరాజేంద్రుని ప్పుడే వేఱుచేసినఁ గానివీరిదాంపత్యసౌఖ్యము మరణాంతము నిలిచియుండదు. రాజా!

ఆ. ఇపుడు కష్టమైన ♦ నెంతొ సౌఖ్యము ముందు
నీవుగాంచఁగలవు ♦ నిశ్చయముగ
ప్రథమమందుఁ గుట్టు ♦ బాధ నొందినఁగాని
కుండలములు చెవులఁ ♦ గూర్పఁబడునె?

గీ. మురియుచును ముద్దులొలుకుచు ♦ మొనయువీరి.
బాదలు మోహనవిద్యచే ♦ బాదువువాఁడ
పారి గుబాళించి కుల్కు పా ♦ వురవుజోటి
మీఁద వేవేగ వల వ్రేయు ♦ మృగయుమాడ్కి.

ఇదిగో మోహనవిద్యను ప్రయోగించితిని.

నర్మ—నాథా! నాకు నిద్ర వచ్చుచున్నది.

పురు—దేవీ! అభ్యంతర మేమి? నాతొడపై తల నిడుకొని పరుండుము. (నర్మదయట్లు చేయుచున్నది.) ఆహా ఏమిది నాకుగూడ నిదురవచ్చుచున్నది. నిలుప శక్యముగాకుండ నున్నది. ఇట్టినిద్ర యే భూలోకమున నుండగ నావహించినది. ఇప్పుడేమిమూఁడును నో కదా! ఓనర్మదా!

గీ. మబ్బుగ్రమ్మిన నేత్రప ♦ ద్మములతోడ
నెట్టులో యొక్కసారి వీ ♦ క్షింతు నిన్ను
పట్లు తప్పుచునున్న నా ♦ బాహువులను
కాంత యొకసారి యెట్టులో ♦ కౌఁగిలింతు.
(అని నర్మదపై నిద్దుర బోవుచున్నాఁడు.)

అంశు—(వారిద్దఱిని సమీపించి) ఇఁక తిరస్కరిణితో పనియేమి.

గీ. మొదను మెడఁ జుట్టి పరవశ ♦ పడినచక్ర
వాకములభంగి బలుపెన ♦ వైచుకొన్న
సర్పములభంగి నితఁడును ♦ సర్పకాంత
కౌఁగిళులఁ గూడి నిద్దురఁ ♦ గాంచువారు.

అయినను రాజును వేఱుచేసి భూలోకమునకుఁ దీసికొనపోకఁ తప్పదు.

గీ. కాంత నీకిట్లు జూపితిఁ ♦ గాంత సీసుఁ
దగు ననుచుఁ దోఁచె నిఁక శాశ్వ ♦ తముగఁ గూర్ప
నెంచెదను బంగరునఁ బ్రమా ♦ ణించి మూచి
పిదప మణియుంగరము జేయు ♦ విధముగాఁగ.

రాజు నెత్తుకొని నర్మదా! లెమ్ము. లెమ్ము. (అని పైకినిష్క్రమించుచున్నాఁడు.)

నర్మ—(లేచి) నాతల నుంచుటచేత నీతొడ నొచ్చినదేమో కొంచె మొత్తుదునా? ఏమిది! రాజు లేఁడయ్యెను! ఆహా! ఏమిమోస మయ్యెనో కదా. ఓమహాచక్రవర్తీ! పురుషోత్తమా! ఎటుబోయితివి. ఈయుద్యానవనమందలివిచిత్రములను జూడఁబోయితివా. ఓనాథా! నన్ను విడిచియెక్కడికేగితివి? సులభముగ లభించితి నని మిగుల నుప్పొంగితినే. నెత్తిమీఁదఁ బెట్టుకొందు నంటివే. పాతాళమునకు నడఁగఁద్రొక్కి పోయెదవా! రేపు వివాహ మాడుద

మీదినమునకు శాంతించుమన్నఁ గోపము వచ్చినదా! ఓదైవ
మా! నా కీపాపపునిష్ఠుర నేల యీసమయమునకే తెచ్చితివి.
అయ్యో! కన్నులు తెరచియున్నను కన్ను లగపడుట లేదు.
నాథా! నిన్ను జూచినకన్నులు వేఱువస్తువులను జూడవు. మ
హారాజా! రమ్ము. నానేత్రపర్వమును జేయుము. నామోహా
మెట్టిదియో కనిపెట్ట నిట్లు చేసితివా? ముమ్మాటికి నిన్నేనమ్మి
నదానను. అరుంధతి పూజ్యుఁడయినవసిష్ఠమహర్షిని త్రికరణశు
ద్ధిగఁ బ్రేమించినరీతిని ఓచక్రవర్తీ! నేను నిన్నే ప్రేమించితిని.
ప్రేమించినవారి విడనాడ న్యాయమా? సమస్తధర్మశీలుఁడవు.
నీకునన్ను విడనాడ నెట్లు మన సయ్యెను! వెళ్ళుటకుఁ గా ళ్ళె
ట్లాడెను. ఇదిగో నీముద్రాటుంగర మింక నావ్రేలినే యున్నది.
నీయంగదములకొనలు దగిలి నాబాహువు లివిగో గీచికొనిపో
యెను. నీచిహ్నములు నాయం దుండ నీప్రేమమాత్రము పోయె
దవా! ఉరగకాంతవుగనుక నీకు రెండునాలుక లని యాక్షేపిం
చితివి. నాథా! నీ కొక్కనాలుకయే గదా! మహారణ్యమందుఁ
తనతోడవయి శయనించిన పరమసాధ్వి యైనదమయంతిని నలచ
క్రవర్తి విడనాడి పోయినట్లు చేసితివా! నవమాలికా! నవమా
లికా! (నవమాలిక ప్రవేశించుచున్నది.)

నర్మ—నానాథుండు నాతండ్రిగారినిఁ జూడ మందిరమునకు వచ్చినాఁడా?

నవ—ఏమి! ఇచట లేఁడా?

నర్మ—అయ్యో నాయాశ లన్నియు నిరాశ లయినవి. మహారాజెక్కడ
కో పోయినాఁడు కానబడఁడు.

నవ—దేవి! ఊఱడిల్లుము.

నర్మ—ఊఱడించుకొనఁదగిన విచారము కాదు. స్థితిచేత మనకంటెఁ
బైలోకమువాఁడు. మహాచక్రవర్తి. ఇదియును గాక నాచేత కో

రుకొనఁబడినవాఁడు. పరమసులభుఁడు. అట్టివానిఁ బాసి నే నుం డఁగలనా!

నవ—అతఁడు విశ్వామిత్రునిమాయచే నిచ్చటకు వచ్చినాఁడు. తిరిగి యాతనిమాయచే భూలోకమునకుఁ బోయియుండును. అతఁడు భూలోకచక్రవర్తి యనియు, పురుకుత్సుఁ డనియు, మన మెఱుఁగుదుముగద. అతనినిఁగూడ చూచినవారముగద.

నర్మ—అతనియుంగరముగూడ నా వ్రేలి నేయున్నది.

నవ—ఇఁక నేమి! కామగమనముచే భూలోకమునకుఁ బోయి యాతనినిజూతము. అతఁడు బుద్ధిపూర్వకముగా నిన్ను వదలి భూలోకమునకుఁ బోవువాఁడు కాఁడు. నిన్ను విడుచుటచేత నాతఁ డెంతపరితాపపడుచుండునో! ఏమియు జరుగదు నీ కంట తడిపెట్టకుము. ఈయెడబాటు మఱింత సౌఖ్యమునకే కలిగిన దని భావింపుము.

నర్మ—(నవమాలికకాళ్లపైఁ బడి) వెనుక యామహాచక్రవర్తిని సంఘటన చేసినది సంఘటనకాదు! ఇఁకముం దెట్లు నన్నీదుఃఖాబ్ధినుంచి తరింపఁ జేయుదువో.

నవ—నీ వేమియు సంకోచింపకుము. ఈమందమారుతము, ఈ చిలుకలు, కోయిలలు మొదలగునవి నీ విచ్చట నున్న మఱింత బాధించునుగాన శీఘ్రముగ బోవుదము రమ్ము.

నర్మ—భూలోకమున కెట్లు పోవుదము?

నవ—శీఘ్రముగ నే పోవుదము రమ్ము.

[ఇద్దఱును నిష్క్రమించుచున్నారు.]

ద్వితీయాంకము సంపూర్ణము.

శ్రీ

నర్మదాపురుకుత్సీయము.

తృతీయాంకము.

రంగము—భూలోకము.

పురుకుత్సుని రాజమందిరసమీపోద్యాన వనము.

[విదూషకుఁడు ప్రవేశించుచున్నాఁడు.]

విదూ—నిద్రయు, మోహమును, ఒక్కతల్లికిఁ బుట్టినకవలపిశాచములు. తలకుమ్మఁరిసారెవలె తిరుగునట్లుచేసి, కన్నులజిళ్ళ పెంకులవలె దృష్టిరాహిత్యముకలవానిగఁ జేసి, చెవులను నిరతుఱరకుతులవలె శబ్దగ్రహణశూన్యముగఁ జేసి, యిదమిత్థమని నిశ్చయించఁగలబుద్ధినిమదురుమీఁదనుండి పిల్లినివలెఁ గ్రిందకుఁ బడ గొట్టి, అసందర్భంబునుఁ అహేతుబద్ధంబును అలౌకికంబు నగుచికిబికి యూహలచే సాలిపట్టునం దీఁగవలె మనస్సును గిజగిజ కొనఁగఁజేసి, మఱి దేశాంతరముపోయినవానివలె కారణములేని నవ్వుల నవ్వఁజేసి, నిర్భాగ్యురాలగుభార్యవలెఁ జీటికిమాటికి డుపఁజేసి, యొకప్పుడు మూతిని కుక్కమూతి యెండుజిల్లెడుకాయవలెముడుగునట్లుచేసి, యొకప్పుడు బ్రహ్మకాయువలెవటవ వదరునట్లు చేసి, గాలివలె కామగమనమును కలుగ జేసి, మీఁదిమిక్కిలి దేహస్మృతియే లేకుండ జేసి, మనుజులను వేధించుటయందు నీనిద్రామోహములకు సమాన మయ్యు నసమా

నశక్తియే కదా! ఒక్కపిశాచ మావహించినవానికే యింతయు పస్మార మగు నని చెప్పునెడల మసూచిలో విసూచిరీతి నొక పిశాచములో రెండవపిశాచ మావహించినవారిస్థితి చెప్పుట య సాధ్యముకదా. అటులే మారాజుగారికినిద్రాపిశాచమందుమో హపిశాచముగూడ నావహించినది. ఉరగలోకమున కేమో పో యినాఁడఁట! అక్కడ నొక్కదివ్యమంగళవిగ్రహమును గాంచి నాఁడఁట! దాని నేమో కౌఁగిలించినాఁడఁట! తెల్లవారకమును పే భూలోకంబున నున్నాఁడఁట! ఆహా! ఏమి సందర్భముగను న్నది! నేనే యిట్టియసందర్భవాక్యముల నాడినచోఁ దలపై క త్తివాట్లను పెట్టుదురుగదా. అసందర్భప్రలాప మదృష్టవంతుని ప్రాపుఁ జేరుటచే శిక్షార్హము గాకుండుటయే కాక నొకప్పుడు పూజ్యముగూడ నగును. రాజువిచారగ్రస్తుఁడుగ నున్నమాట నిజము. నీరుల్లి దరుగువారికన్నులవలెఁ గన్నులు కలిగి, కుళ్ళు మామిడిపండువలెఁ గొంచెము దించుకొనిపోయినచెక్కులుగలి గి, కొలిమితిత్తులవలె నిశ్వాసంబు గలిగి, మరకట్టులమీఁదివాని వలె నొకచోటనైనఁ గాలు నిలువక, శ్రమపడుచున్నమాట ని జమే. కాని, తత్కారణమైనయురగలోకగమనముమాత్రము మిథ్య. అడుగో! రాజు దొడ్డిసంభావనకుఁ బరువెత్తు బ్రాహ్మ ణునివలె నిట్లింతశీఘ్రముగ వచ్చుచున్నాఁడో?

పురు—(ప్రవేశించుచున్నాఁడు.)

సీ. కలుముల నీనెడు ♦ కళుకుకాటుకసోగ,
కన్నులుగలకల ♦ కంఠకంఠి
ముద్దులొల్కెడుచెక్కు ♦ టద్దాలఁగొంచెము,
కోలవాటగుమోము ♦ గ్రాలుదాని
శ్రీకారములఁబోలు ♦ చెవులను రతనాల,
గ్రాలెడుజూకాలు ♦ వ్రేలుసబల

పొడుగనియనిపించు ♦ పూవంటినునుమేన,
దగుపాటిపుష్టిచేఁ ♦ దనరుకాంత,
గీ. అందుఁ బదునాలుగేండ్లప్రా ♦ యంపుయువతి
మారుచేతి కటారి యొ ♦ య్యారి దాని
బాసి మరుబారి నగఁగూరి ♦ పలవరింతు
నారి నే జేరి సుఖియించు ♦ దారి యేదో?

విదూ—(రాజునుసమీపించి) స్వప్నావస్థయందుఁ గాంచినచంచలాక్షి కొఱ కింతవిచారించ నగునా?

పురు—చాలు! ఎన్నిమాఱులు చెప్పినను నీకు నమ్మకము లేదుకదా?

విదూ—జ్ఞానసంపూర్ణుఁడ నగుటచే నా కట్టినమ్మకము లేదు. స్వప్నములు కొన్నికొన్నిప్రకృతులం దత్యద్భుతవికారములు కలుగఁ జేయును. స్వప్నములలో లేచి చదువుకొనువారును, గ్రామాంతరములకుఁబోవువారును, నదుల నీదువారును గూడఁ గలరు. ఒకనాఁటిపగలు నేను నిదుర బోవుచుండ పనసతొనలు తినినట్లు కలఁగని నిదుర మేల్కాంచినతర్వాత మూఁడుగడియలవఱకును కడుపునొప్పిచేత బాధ పడితిని. దుస్స్వప్నములయొక్కయత్యద్భుతమాహాత్మ్యమజీర్ణబాధపడునాకుఁ దెలియఁదగినదే కాని నీకేమి తెలియును?

పురు—నీ విప్పు డేమైన స్వప్నావస్థయం దుండి పలవరించుచుంటివా?

విదూ—పచ్చకామెరలు గలకన్నునకుఁ బ్రపంచ మంతయుఁ బెండ్లికూతురుమొగముగనే యుండునుగదా!

పురు—ఇదిగో యిట్లుచూడుము.

గీ. వెలఁదియుంగరమును నాదు ♦ వ్రేలఁ బెట్టి
రమణి వ్రేలిని నాయుంగ ♦ రంబు నిడితిఁ

ప్రేమచేఁ గాంతుఁ డొకముద్దు ♦ వెలఁది కియ్య
నింతి యొకముద్దు కాంతున ♦ కిచ్చురీతి.

ఈమణియుంగరమైన నీసంశయాంధకారము బాపఁగలదా?

విదూ—ఏది! మణియుంగరమునుజూడనిమ్ము. 7/50

పురు—ఇదిగో (అని చూపించుచున్నాఁడు.)

విదూ—ఆహాహా! నత్తగుల్ల మొగమువలె నిగనిగలాడుచున్నది. ఇది యెద్దుకన్నులాగున మిక్కిలి యెఱ్ఱగ నున్నది. నీలము కాదుగద.

పురు—(నవ్వుచు) ఆహా! రత్నశాస్త్రపాండిత్యము! దీనియందలి మాణిక్యమును బరిశీలించుమని నీకుఁ గనఁబఱుప లేదు. ఈయుంగరమునుజూచియైన నీదుర్బ్రను పోగొట్టుకొందు వని—

విదూ—నిప్పుఁజూడ వెలుగుబంటి పారిపోవకుండునా! అట్లే

పురు—మణిస్పర్శచేవిషవ్యాప్తి మాయమగుటయాశ్చర్యమా?

విదూ—కడుపునిండినవాని కాఁకలిగొలుపుపిండివంటయొక్క పరిమళమెంతవిశేషమో కదా. అటువలెనే మహాసుందరుఁడ వైనని న్ను వలపింపజేసినకాంత యెంతసౌందర్యవతియో కదా! సామాన్యసుందరులకు నామెకును మామూలుభోజనమునకు విందునకును గలిగినభేదముండుట కవకాశమున్న దేమి?

పురు—వయస్యా! భోజనప్రియా! నాకు రత్నాకరునివలె మహామణుల కేమియు లోటు లేదు గదా.

విదూ—(నవ్వుచు) విద్వచ్ఛిఖామణి వైననామాట చెప్ప వేమి?

పురు—

గీ. మన్మణులయందు ప్రథమమౌ ♦ మణియుఁగూడ
దీనియెదురను దేజోవి ♦ హీన మయ్యెఁ
జుక్కగమిలోన నెక్కుఁడౌ ♦ రిక్క తేఁడు
పద్మహితురాక వెలవెల ♦ బారుకరణి.

గీ. ఈమణికి నామణికి భేద ♦ మెంత కలదొ
యింతులకుఁ గూడ నట్లె యా ♦ యింతి మొదటి
దన్నెలఁతలందు దానిరూ ♦ పెన్న నేల?
మిన్ను చేనంటునరుపొడ ♦ వెన్నఁదరమె?

ఓయురగలోకవాస్తవ్యా!

(అంతట నంశుమంతుఁడు ప్రవేశించుచున్నాఁడు)

గీ. నెలఁత నిన్బాయువంత చే ♦ జిలజిలయని
కళినమఁణికూడ నీరును ♦ గ్రమ్ముచుండ
నునుకనులు నావి నీరొల్క ♦ జనదె యినుమె
కరగ నగ్గివేడిమి, వెన్న ♦ గతి యిఁకేమి?

అంశు—ఆహా! నాచెలికాఁ డగుచిత్రకేతుఁ డిచట నాతోఁ గలసికొనెద నని చెప్పి యింకను రాకున్నవాఁడు. ఓహో!

గీ. సఖుఁడు తనుజూడఁ గాంతను ♦ జారవిడిచి
పల్లటిల్లెడునీరాజు ♦ పరిఘవిల్లు
గ్రుడ్లుమిడకరించుక తన్ను ♦ గూబ చూడ
కాంతఁ బాసినచక్రవా ♦ కంబురీతి.

పురు—మిత్రమా! దీర్ఘాలోచనముఁ జేయువానివలెమాటలాడకుంటివేమి?

విదూ—అవశుఁడ నయ్యెను, యథార్థమును గనిపెట్టితివి. సృష్టిసంబంధమయినయొకరహస్యము నాలోచించుచుంటిని. సముద్రమునకుక్షారోదకము కలుగుటకుఁ గారణమునుగురించి.

పురు—ఎట్లాలోచించితివి!

విదూ—ఏట్లనఁగా మోహవశ లయినస్త్రీలుస్త్రీలకొఱకుఁ బరస్పరము నేడ్చుటచేత,

పురు—సృష్టిరహస్యములో మదనరహస్యము వేఱొకటియా? స్త్రీలు స్త్రీలకొఱ కేడ్చుట యేమి?

విదూ—కంటఁదడిపెట్టకుండుటయేకదా పౌరుషలక్షణములలో నగ్ర గణ్యమైనది.

పురు—గీ. నాదుకంటికి దీపంబు ♦ నాదుమదికి
నూఁత యొడలికి గందంపు ♦ పూత నోటి
కమృత మగుదాని఼ బాయ ధై ♦ ర్యంబు వూదె!
పాపతో దృష్టిపూ నసం ♦ బద్ధ మగునె?

వయస్యా! ఆకాంతారత్నమును నీవు చూచియుండక పోవుటచేతను, మన్మథనారాచతీక్ష్ణత్వము నెఱుంగకపోవుటచేతను, నీ వట్లనుచుంటివి.

విదూ—ఆహా! మదనసాయకవ్రణావ్యథ నే నెఱుంగ ననుచుంటివా? పూర్వమొకసారి నే నొకపిల్లిని వలచి ధైర్యమును గోలుపోయి—

పురు—ఛీ! తిర్యగ్జంతువునుగూడఁ వలచితివా?

విదూ—కీటకమును వలచుటకంటె గౌరవహానియుఁ బ్రాణహానియు కాదుగదా.

పురు—నానర్మద కేవలసర్పరూపమున నున్నదని భ్రమించుచుంటివా?

గీ. పాముఱూపంబు వేసినే ♦ పరగు నాశ్ర
యమునుపెనవైచుతత్స్వభా ♦ వము మదీయ
గాఢపరిరంభణమునందె ♦ కానిపించు
మానినులకెల్ల నది తల ♦ మానికంబు.

గీ. నేను గూర్చుండ నాతొడ ♦ పైని శిరముఁ
బెట్టి తెగబారెఁడగుజడ ♦ వెనుక గ్రాల
నుంతవంకగ శయనించెఁ ♦ గంతుఁ డలసి
తనతొడను జేర్చెనుసజ్య ♦ ధనువుభంగి.

గీ. ఉండవలసినయావస్తు ♦ వుండకున్న
సర్వమణి హస్తికనకరా ♦ జ్యాదు లేల?
భక్తి నిలువనియోగికి ♦ వందగోము
ఖములు, గంపెడుజడ లున్నఁ ♦ గార్య మేమి?

విదూ—నీకాంతను నీవు జేరునుపాయ మిప్పు డాలోచించితిని. అటు లుచేసినయెడల నిశ్చయముగ నీవు సఫలుండ వగుదువు. నేనుజె ప్పినట్లు చేసెదవా?

పురు—గీ. వేసవిని మండుశుష్కాట ♦ విని హసించి
మండుచున్నది చిత్తంబు ♦ మదనబాణ
వహ్నిచేఁదాపమార్పంగ ♦ వలయుఁ జుమ్మి
వెలయనామార్గమేదియో ♦ వేగచెప్పి.

నేను జెప్పునట్లు చేసెదవాయని యేలయడిగెదవు. ఏమైనను సరేచేయుటకు సిద్ధముగ నున్నాను.

గీ. బ్రదికియుంటకు ఫలమైన ♦ పడతిఁ బాసి
వనట జెందెడునే నింతి ♦ నెనయుదారి
కలుగగంజేయ కెటులుందు ♦ గరళమైన
రోగి త్రాగడె తిరిగి యా ♦ రోగ్యమునకు.

అంశు—ఓరాజా!

గీ. క్రూరరతికాంతసంతప్త! ♦ గ్రుచ్చుమాట
లాడునీతన్నిప్రా ♦ పేల ♦ యుదితయక్ష!
దిమ్మదిరుగఁగ మిడియెండ ♦ బొమ్మజెముడు.
కంచెనీడకుఁ జేరుసిం ♦ గంబుకరణి.

విదూ—ఈనిమిషమందే వేటకుఁబోవలయును—విశ్వామిత్రుని యరణ్యమునకే పోవలయును—ఈసారి దుష్షినిజంపిన శాప మీ యఁడు కావున జావకుండ నామునినే కొట్టినయెడల నధోలోక

గతి శాశ్వతముగ నగు నని శాప మిచ్చును—అంత నీకాంతను నీవు నిరంతరముగ ననుభవింతువు—రాజేంద్రా! నీవధోలోక మునకు బోయితినని చెప్పితివికదా. రాజకార్యమును మఱచి కేవలరాగపరవశులై కాలముబుచ్చువారి నెవరినైన నాలోక మున నాలోకించితివా?

పురు—ఏమి! నన్నే చూచితిని.

విదూ—అయ్యో! ఏలినవా రుండఁదగినంతయధోలోకమే లేదుగదా.

పురు—ఎందుచేత.

విదూ—భూలోకమునందుండి కేవలకాంతాపరాయణులైనవారికొఱకీ యధోలోకము బ్రహ్మచే సృష్టింపఁబడినది. ఆయధోలోకము నకుఁబోయి యచ్చట కాంతాలోలురు రైనవా రుండురను ముందు దృష్టిలేక వారికి దగినలోకమును సృజింపక పోవుటచే బ్రహ్మయజ్ఞుఁడు నపూజ్యుఁ డయ్యెను జుమా.

పురు—మరుని బాణములవాఁడికంటెను నీమాటలవాఁడిమెక్కుడుగ నున్నది.

విదూ—అటులైన మిత్రమా! దారినిబడితివి.

పురు—ఎట్లు?

విదూ—రాజా! తనగౌరవమును రక్షించుకొనఁదలచినవాఁడు కాంతల వలలో నెప్పుడుపడఁడు. మోహము, గౌరవలతకు వేరుపురుగు సుమా! కాంతనువలపించి దానిని గడ్డముపట్టుకొని బ్రతిమాలిం పఁజేసి యంగీకరంచనిమెడలఁ గాళ్లపైఁ బడునట్లుచేసి, మహా రాజునైనను బికారినిజేసి, యతిశౌర్యవంతునైనను జెవులపిల్లివ లెబెదరువానింగఁజేసి, మగడుకొట్టిన బొంకులాఁడివలె నేడ్చువా నింగఁజేసి, గౌరవమును హరింపఁజేయుటలో మోహమునకుఁ గ లసామర్థ్యమవర్ణ్యముగదా. అట్టిచో నారిపోవువత్తి నెగసిన

ద్రోచినటులుమర్మభేదకర మగుమాటలచే మానుషమును బ్రజ్వలింపఁజేసినయెడల దానివిరోధి యగుమోహము శీఘ్రము బలహీన మగునుగదా. రాజా! ముల్లు నూడఁదీయ సూది కావలయునని యెఱుఁగవా?

పురు—చెవులార్చుకొనిపోయి కొంచెము హెచ్చారు గలిగి శ్రవణశక్తి తగ్గుచున్నది. నీవు విశేషించి మాటలాడిన ప్రయోజన మేమియు లేదు. ఓయురగలోకవాసినీ! ఓనర్మదా! నాకనులకు దృష్టిశక్తిగూడమందము గాకమునుపే యొక్కసారి యిటు వచ్చి నన్ను గౌఁగిలించుకొనుము. (అప్పుడు నర్మదయు నవమాలికయు బ్రవేశించుచున్నారు.)

నర్మ—నిన్ను నే నెఱుఁగ నని రాజు నన్ను తిరస్కరించు నేమో?

నవ—అసంతుష్టురాలా! ఊరకుండుము. (అటునిటుజూచి) నర్మదా! నీ వెంతయదృష్టవంతురాలవే! అడుగో! రాజు. అచ్చట విరహభారవశుఁడై ప్రియసఖునితోడ నేమో చెప్పుకొనఁ బోవుచున్నాఁడు.

నర్మ—మన మిచ్చట కొంతసేపు దాఁగియుండి వా రేమనుకొనియెదరో వినినపిమ్మట వారిసిఁ జేరిన మంచి దని నే నూహించెదను.

అంశు—ఆహా! నర్మదా! వచ్చితివా! ఎంతసాహసముగలదానవు!

[తల పంకించి]

గీ. పిల్లి బావ్రురుమన నుల్కు ♦ వెలదులైన
మోహ మావేశమైనఁనం ♦ బుధులు దాఁట
గలరు లోకముల్ గానిలో ♦ కములనైనఁ
బడయుదురు గాలివడి గాలి ♦ పడగఁబోలి.

ఓచిత్రకేతుఁడా! పురుకుత్సు నే చూచితివి కాని నర్మదనుఁజూచి యుండవుకదా. అహా! ఇంతయపూర్వదర్శనముగూడ నీకుశీఘ్రముగఁ గలుఁగుఁగాక.

(అంతట చిత్రకేతుఁడు ప్రవేశించుచున్నాఁడు.)

చిత్ర—ఓహో! రాజుగారిచ్చటనే యిష్టసఖునితో వేంచేసి యున్నారు.

అంశు—పూజ్యుఁడైనచిత్రకేతుఁడా! నమస్కారము. మంచిసమయమునకు వచ్చితివి. అదుగో! మహారాజు విరహాభారవశుఁడై విచారించుచున్నాఁడు. వెనుక నుండుజలయంత్రమున కానుకొని సఖీసమేతయై నర్మద ప్రకాశించుచున్నది. తిరస్కరిణిచేఁ బ్రచ్ఛన్నుఁడవుకమ్ము.

చిత్ర—అట్లే. మిత్రమా! నమస్కారము. ఆలస్యముగ వచ్చినందులకు క్షమింపుము.

పురు—ఆ. చేటిదెప్పులకును ♦ జెక్కు లెఱ్ఱనఁ జేసి
నన్ను జూచి చిన్న ♦ నవ్వునవ్వ
దానిమోము గ్రాలు ♦ తరళితచంద్రికా
ప్రతిఫలమున తామ్ర ♦ పద్మమ్రోలె.

నర్మ—ఆ మహాదృష్టవంతురా లెవరో కదా!

నవ—నీవే! నిన్ను దెప్పినదాననునేనే.

చిత్ర—అంశుమంతుఁడా! వీఱిద్దఱిని బాగుగ సంఘటించుటయందునీవు తుంటవిల్లులేనిమన్మథుఁడ వైతివికదా. ఆహా! నర్మదయొక్క సౌందర్య మత్యాశ్చర్యకరముగ నున్నది. ఇంద్రలోకమున నైన నిట్టిసౌందర్యవతు లొకరిద్ద ఱుందురేమో. ఈదినమున నింద్రుని యాజ్ఞచే నొకచిత్రము జరుగవలసి యున్నది.

అంశు—మిత్రమా! నేను వినదగినదేనా?

చిత్ర—వినఁ దగుదువు. చూడఁ దగుదువు. అందుకు నాకు సాహాయ్యముకూడఁ జేయఁదగుదువు.

పురు—వయస్యా! మాట లాడవేమి?

విదూ—నీకు చెవులు కొంచెము వినఁబడకుండుట యేలాగున్నది?

పురు—ఆలాగుననే యున్నది. మీఁదిమిక్కిలి యొడలంతయు మండుచున్నది. ఓహోహానర్మదా!

(నర్మద తొట్రుపాటుతో ముందునకుఁబోవుచున్నది.)

నవ—(నర్మదచేయి బట్టుకొని) నిన్నుఁబిలుచుచుండుట లేదు.

పురు—„ఆ. పడఁతిఁ జూడనపుడు ♦ పనికివచ్చెను గాని
పడఁతిఁ జూడ దీని ♦ పని యిఁకేల„ అని,

ఓనర్మదాచిత్రఫలకమా! నేను మూఢుఁడనై నిన్నురగలోకమునఁ బారవైచితిని. నీ విచ్చటనున్న నాకుఁ గొంతతాపశాంతి కలుగునుగదా.

నర్మ—నీతో శాశ్వతముగ సుఖించుటకు నేనె వచ్చియుండ నాచిత్రఫలక మేల?

విదూ—విచారమేల! చిత్రఫలక మేను వ్రాయఁగలను.

పురు—నీ వాకాంతను జూడకుండ నెట్లు వ్రాయఁగలవు?

విదూ—వ్రాయుట చిత్రమేకదా!

పురు—చిత్రమే.

విదూ—కావున చిత్రమే వ్రాసెదను. మన్మథుఁడా గ్రుడ్డివాఁడు. వానిచేఁ బీడింపబడినకాముకుఁడా, గ్రుడ్డివాఁడే. ఇఁక చిత్రఫలకమును వ్రాయువాఁడు చూడకున్నవాఁ డైననేమి? చేతికివచ్చినదేదో వ్రాసెదను. అదే నీకాంత యని శాంతి నొందినచాలదా? సుఖదుఃఖములు మనస్సునందలివి కాని బాహ్యవస్తువులందలివి కావుగదా.

అంశు—ఇంద్రునియాజ్ఞచే జరగవలసినరహస్య మేదియో చెప్పుము.

చిత్ర—నిన్న నీవును నేనును సమావేశమైనయపుడు జరిగినసంగతులన్నియు పురందరునితో విన్నవించితిని. అతఁడు మిక్కిలి సంత

ఘించి మాంధాత తనకుఁ బుత్త్రీసమానుఁ డనియును, పురుకు త్సుఁడుమాంధాతకొడు కగుటచే నాతఁడు తనకు మనుమఁ డగుననియును, తనకు మనుమరాలు కాఁబోవునర్మదను తాను చూడకయే వారివివాహమున కంగీకరింప నని యును, నాగలోకమునకుఁ బోయినర్మదను తనలోకమునకుఁ దీసికొనిరావలసిన దని సెలవిచ్చిరి.

అంశు—ఆహా! నర్మద యిప్పుడు కదా పరమపూజ్యురా లైనది.

గీ. మొదట రాజేంద్రుపుత్త్రిక ♦ పిదపఁజక్ర
వర్తియిల్లాలు త్రైలోక్య ♦ పాలనాథుఁ
డైనవజ్రికి మనుమరా ♦ లగునుగూడ
దానిభాగ్యంబు వర్ణింపఁ ♦ దరముగాదు.

చిత్ర—ఆకారణమున నాగలోకమున కేగి యచట నర్మదం గొని కిచటికి వచ్చితిని. అందుకొఱ కింతయాలస్య మైనది. రాజునకును నర్మదకును సమావేశ మైనవెంటనే నర్మద నింద్రలోకమునకుఁ గొనిపోయెదను.

నర్మ—రాజదర్శనము రిక్తహస్తములతోఁ జేయనలసివచ్చెను. రెండు నిమ్మపండ్లైనను లేవయ్యెనుగదా.

నవ—బుద్ధిరాలా! ఉండియు లేనట్టు విచారించుచుంటివే!

అంశు—రాజు మిక్కిలి చింతాక్రాంతుఁడై యున్నాఁడు. మిత్రమా! చూడుము.

గీ. కన్ను లరమూసి చెక్కిటఁ ♦ గరము గ్రాల
శిరము నొకవైపునకుఁ జేర్చి ♦ చిటుచిటుకు
మంచు కన్నీళులొలికెడు ♦ నతఁడు గ్రాలు
వెలయ దైన్యంబు మూర్తిభ ♦ వించినట్లు.

నర్మ—ఆలస్యమేల? నాకాంతుని దరిజేరుటకు నేను మిక్కిలి సంభ్రమించుచుంటిని. అతఁడు నాకొఱకు సంతాపపడుచుండ నే నుపేక్ష సేయుచుంటిని.

నవ—ఇదిగో ఇప్పుడే పోవుదము. రాజేదో మాటలాడఁ బోవుచున్నాఁడు.

పురు—సీ. దడదడమంచు నా ♦ యొడలు తూలఁదొడంగె,
చేపట్టి యూఁపవే ♦ చిగురుఁబోఁడి!
కనుదమ్ములకు నంధ ♦ కారంబు గల్గె నీ,
తనుదీప్తిచే దాని ♦ దరుమఁగదవె?
నాభిదగ్గరనుంచి ♦ నాలుకవఱ కారె,
తరుణి! నీయధరామృ ♦ తంబు నిమ్మ!
భగభగయంచు తా ♦ పము గ్రమ్మె చల్లని,
యొడలితో కౌఁగిలి ♦ యొసఁగఁగదవె.

గీ. మెడను తల నిల్వకున్న ది ♦ య్యెడను నాకు
చెవులు గడియలుబడియెను ♦ చెంతఁ జేర
రమ్మనర్మద! నర్మద! ♦ రమ్మురమ్మ!
నర్మదా! శోషమొందుప్రా ♦ ణములు నాకు.
నర్మదా! (అని మూర్ఛిల్లుచున్నాఁడు.)

నర్మ—నాథా, నాథా, ఇదిగో వచ్చితిని (అని కౌఁగిలించుచున్నది.) అయ్యో, ప్రాణవల్లభుని కెటులుండునో కదా.

విదూ—(ఆశ్చర్యపడుచు) అయ్యో! రాజుమూర్ఛాగతుఁ డయ్యెను! ఆహా! ఎంతయిక్కట్టు తటస్థించెను? ఈమె నర్మదయే కాఁబోలు.

అంశు—గీ. చేత నెత్తితి నిరుమాఱు ♦ ప్రీతి నితని
నన్య; నైనను మది దుఃఖ ♦ మధిక మయ్యె
కనియు నెత్తి పెంచెడువారు ♦ గాంతు రేని
సుతునిమూర్ఛల నేరీతిఁ ♦ జూడఁగలరొ?

నర్మ—నవమాలికా! నేనుగాఁగిలించియేయుందును. నీవు విసరుము. లెమ్ము. (అలోచించి) అయినను నీవెందులకు! నేనే విసరుకొనెదను.

చిత్ర—ఆ. రాజు మూర్ఛబడుచు ♦ రమణిబాహులఁ శాంతి
గొంచు నుండఁ దెలియఁ ♦ గొంచుబోదు
నంబుదంబు పర్వ ♦ తాగ్రాశ్రమశాంతికై
వ్రాల గాడ్పు మబ్బుఁ ♦ బాపుకరణి.

ఛీ. దాంపత్యభంగకృత్యముగదా!

అంశు—వయస్యా! ఏమి ఆలోచించుచున్నావు!

చిత్ర—ఆ. వజ్రియాజ్ఞదీర్ప ♦ వచ్చును పాపంబు
దీర్పకున్న గొంతు ♦ దెగుట నిజము.
ముందు, వెనుక, గూడ ♦ పోవుచున్నది మది
రెండుతలలపాము ♦ రీతిగాఁగ.

అంశు—గీ. దంపతులు వీరు సుఖియించు ♦ దారి యట్టి
వజ్రికంటెను దెలియంగ ♦ వశమె నీకు?
మావులను మల్లె లోలయించు ♦ మాధవుండు
తోఁటగాచెడు కాపరి ♦ పాటిగాఁడె!

నర్మ—నవమాలిక! ఇంకను నాకాంతుఁడు లేవకున్నాఁడు.

చిత్ర—(రాజును కొంచెము సమీపించి)

గీ. లో నడంగిననెత్తురు ♦ సోన యచటి
వెలఁది నర్మదయో కాదో ♦ తెలియ నేమొ
తొంగిచూచెను చెక్కుల ♦ తుదల చంద్రుఁ
గాంచు తెలినీటిపై యెఱ్ఱ ♦ కలువమాడ్కి.

విదూ—ఇప్పుడు రాజునకు కొంచెము స్వస్థత కలిగిన దని తోఁచుచున్నది.

నర్మ—సఖీ! రాజు కదలుచున్నాఁడు.

విదూ—రాజా! లెమ్ము.

పురు—(లేచి కన్నులు మూసికొని) ఓహోహో నర్మదా!

గీ. ఊహకునామోహము చల్లగ ♦ నొత్తి యుర ము
రమ్ము జేరిచి విపులసౌ ♦ ఖ్యమ్ము నిచ్చి
కౌఁగిలించితి వని కల ♦ గాంచినాఁడ
గద యభాగ్యునకుఁగలల ♦ గలిమి కాదె?

విదూ—రాజా! మహాభాగ్యవంతుఁడవు. ప్రత్యక్షమైననర్మదనే చూతువు. కనులు విప్పుము.

పురు—(కన్నులు తెరచి) ఆహా! నర్మదా! ఆహాహా!

(అని తొందరగఁ గౌఁగిలించుకొనుచున్నాఁడు.)

నర్మ—నాథా! నీ కిప్పుడు దేహమందు సుఖముగ నున్నదా!

పురు—గీ. నాసుఖంబున కేమిలే ♦ నాతి నీవు
సత్య మగునర్మదవొ లేక ♦ స్వప్నదృష్ట
నర్మదవొ ముందు చెప్పుము ♦ నాకు శిరము
నిలిచినక్లైన సర్వంబు ♦ నిలుచుఁగాదె?

నర్మ—యథార్థముగ నేను నర్మదనే. ఇదిగో నీమణియుంగరమును చూడుము. (అని యుంగరమును చూపించుచున్నది.)

పురు—(చూచుచు) ఆనందపారవశ్యమున కన్నులు మూసికొనిపోవుచున్నవికదా.

చిత్ర—వయస్యా, తిరస్కరిణి నుపసంహరించి యప్రచ్ఛన్నరూపముతో నీమెను పైకి దీసికొనిపోదును. నీమోహనవిద్యా ప్రభావము నొక్కతెప్పపాటులో నాసమయమందు కనుపఱచవలెను. వయస్యా. ఈమె నాకు సహోదరి సుమా! నాకు సెలవిమ్ము.

(అని వెనుకనుండి వచ్చి గుబాలున నర్మదను పైకెత్తుకొని పోయినాఁడు.)

నర్మ—(పైకిపోవుచు)నాథా! పురుకుత్సా!శివశివా!నాథా! రక్షింపుము

పురు—అయ్యో! అయ్యో! నర్మదా! నర్మదా! (అని విలపించుచున్నాఁడు)

నవ—అయ్యో! సఖీ! అయ్యో! ఉరగరాజపుత్రీ! అయ్యో! నర్మదా!
[అని గుండెలు కొట్టుకొనుచున్నది.]

విదూ—అయ్యో. ఏమి యీయింద్రజాలము! ఏమి యీయాశ్చర్యము! అయ్యో! రాజా! శాంతింపుము.

పురు—(తూలి క్రింద పడి లేవలేకయుండ సఖుఁడు వానిని కష్టమున పైకి లేవఁదీయుచున్నాఁడు) అయ్యో! నర్మదా!

అంశు—గీ. తను బెదరిచినైచుదాని పై ♦ కిని గొనఁగ
నెగిరిపడి తిరుగుడువడి ♦ యిలకు నొరగె
నితఁడు జాలిని జాలిని ♦ నెగయ లాగ
తిరిగి నేలపై నొరుగుబాం ♦ గరముకరణి.

పురు—అదిగో! అదిగో! కాంత పోవుచున్నది. ఆహా! నర్మదా!

గీ. ఏడుపున నెఱ్ఱనైనట్టి ♦ యీక్షణముల
నన్నుఁ జూచుచు పైఁబోవు ♦ నన్నెలంత
బున్నమనుమంట లవనివై ♦ పునకుఁ బర్వ
రివ్వునను పై కెగయుపేక ♦ జువ్వమాడ్కి.

విదూ—(పైకి చూచి) ఆశ్చర్యము! ఆశ్చర్యము!

నవ—(పైకి చూచి) సఖీ! నర్మదా!

పురు—ఇఁకను నీయభాగ్యునియందు నీకు ప్రేమయెందులకు?

గీ. ఇద్దఱము గట్టికౌఁగిలి ♦ నెనఁగుచుండ
కంతుకొఱకచ్చెచటనంటె ♦ నంత వెన్న
ముద్దరీతిని మింటికిఁ ♦ బోయితీవు
కట్టె నిచ్చుట దిగద్రొక్కి ♦ కాటికొఱకై.

విదూ——మహామహుల ప్రార్థన మూర్తీభవించి స్వర్గమునకుఁ బోవున
ట్లుపోవుచుంటివా? నర్మదా!

నవ——ఓపాతాళరాజపుత్త్రికా! కన్నీరు మున్నీరుగా నేడ్చునీనాథునివిడి
చిచిన్నతనమునుండియు నెన్నఁడును విడువనిసఖినైననన్నుఁబాసి
యెచ్చటికిఁబోవుచున్నావు?

అంశు——నీవిచారము జూడఁగ కడుపు దహించుకొనిపోవుచున్నది. ఇ
క్కడ నుండఁజాలను. (అనినిష్క్రమించుచున్నాఁడు.)

పురు——అయ్యో! నర్మదా!

గీ. నీవు ననుఁ బాసి పోవఁగ ♦ నేను దిక్కు
లేనిపక్షికంటెను తక్కు ♦ వైనవాఁడ
వెలఁది పక్షియైనను నాల్గు ♦ విసురు లెగిరి
సాగనంపు నదియు జేయఁ ♦ జాలనైతి.

విదూ——మూర్ఖుఁడా! గుజ్జుమామిడిపండు తినుచిలుకను పిల్లి యెత్తుకొ
నిబోయిన ట్లెత్తుకొనిపోయితివిరా.

పురు——(తత్తరముతో) ఏమీ! ఏమీ! ఎవరైన నెత్తుకొనిపోయిరా!

విదూ——నీవు చూడవైతివా!

పురు——ఛీ! ఈ వార్త నిప్పుడు చెప్పుచుంటివా! ఎంతబుద్ధిహీనుఁడ
వైతివి!

విదూ——దుఃఖము జ్ఞానము నాచ్ఛాదింపదా?

పురు——నిన్ననసేల? నేనే నిర్భాగ్యుఁడను.

గీ. నాతి నెవ్వఁడో హరియింప ♦ నాదుకనులు
మూతఁబడియెను ప్రారబ్ధ ♦ మునను గాదె
కరమణిని చోరుఁడు హరింప ♦ గురుక నిదుర
గాంచుమనుజునిమందభా ♦ గ్యంబుకరణి.

ఆహా! నర్మదా! నేను జీవించి యుండఁగ మీఁదిమిక్కిలి నీవు న

నన్ను కౌఁగిలించి యుండ ని న్నెవఁడో తస్కరించుకొని పోవనే
ననదనై యిచ్చటనుంటినికదా! ఓనర్మదా!

గీ. మదనబాణాగ్ని తపియించి ♦ పిదప నిన్నుఁ
గాంచి శమియింప నెవ్వఁడో ♦ కొంచుఁబోయె
నెండ వడఁ బడి నోటికి ♦ నెత్తుపాన
కలశి నెగఁదన్నుకొనిపోవు ♦ గ్రద్దకరణి.

ఆహా! నర్మదా! నిన్ను హరించినవాఁ డెవఁడైయుండునో?
(నిట్టూర్పువిడిచి.)

గీ. మిస మిసగుచూతవనము జూచి ♦ కసిమసంగి
యెవఁడో ని న్నెంచుగంధర్వు ♦ డేగియుండు
పుష్పప్రాపున సౌఖ్యంబు ♦ బొందుచున్న
యురగకాంతను పక్షీంద్రుఁ ♦ డొడియునట్లు.

(తన్నుద్దేశించి) ఛీ! మూఢా! పురుకుత్సా! ప్రాణాధిక యగు
కాంత నెవఁడో హరింప సిగ్గుమాలినవాఁడవై యేడ్చుచుంటివా!
వయస్యా! ధనుర్బాణముల నిటు తెమ్ము.
—(విల్లందించుచు) ఉండదెబ్బఁకుచుక్కలు రాలునా!
—(బాణమును సంధించి) అదిగో! అదిగో!

గీ. వెనుక తానుండి వనితను ♦ గొనుచుబోవు
నింతి జంపక యెట్లు వ ♦ ధింతు నతని
కుసుమములచాటు నందున్న ♦ గుజ్జగూబ
గుసుమములగాల్ప కెట్టుల ♦ గూల్పనగును?

ఆహా! నర్మదా! ప్రాణేశ్వరీ! యెంతదూరమో పోయితివిగదా.
వయస్యా! అదిగో! చూడు.

గీ. మెలఁతయాస్యంబు ధగధగ ♦ మెఱయుచుండ
కలికి తెలిచీరకుచ్చెళుల్ ♦ గాలిచేత

క్రమముగా క్రింద కుబ్బుచుఁ ♦ గ్రాల తూర్పు
దిక్కునను చెలి యదె తోఁక ♦ చుక్క భంగి.

ధూమకేతుదర్శనము రాజులకు ప్రాణహానికరమే యయినను
నాకు పరమసంతోషకరముగ నున్నది.

విదూ—నగభీరుఁడవు! నీవేయర్థిత్యాపకుఁడవా?

పురు—గీ. బిట్టు మరుతాపమున వెత ♦ వట్టి యేచ్చి
కొసకు చెలిఁ గాంచి వెంటనే ♦ గూలిపోతి
రాళ్ళజడి నగాగ్రమున మా ♦ ర్గంబు దప్పి
మెఱపుచే దారిగాంచుచు ♦ మేఘమందు
తల తిఱిగి నేలఁబడుచునరు ♦ దారియయ్యె.

గీ. నిన్ను నేఁబెండ్లికొనుకను ♦ నేఁడె యయ్యె
కాంతఁ బాసితి నూరేండ్ల ♦ కాపురంపు
ముచ్చటలు కొల్లు చిటికెలోఁ ♦ జిచ్చుగలసె
మొండిబ్రతుకు కేల కాలిన ♦ మ్రోడుకరణి.

విప్రవర్యా! ఇక్ష్వాకుకులసంభవులకు సంధించినబాణ మువసం
హరించుట మర్యాద కాదని చెప్పితివికదా.

విదూ—నిశ్చయముగాఁ జెప్పితిని.

నవ—రాజా! ఊఱడిల్లుము.

పురు—నర్మదా! ఓకాంతాలలామ! ఓప్రాణేశ్వరీ! ఇదుగో! నేనును వ
చ్చుచుంటిని. ఒక్కత్రుటికాలములో నిన్నుఁ గలిసికొనెదను.

గీ. కాలమా! నీకు పండూన ♦ గంగఁ జాల
మిడిమిడెండల వడదాఁకి ♦ యొడులునట్టి
పచ్చికాయనె యిచ్చెదఁ ♦ బుచ్చుకొనుము
మతిగతియె ప్రమాణముబహు ♦ మతికిఁ గాదె.

హరహరా! (అనిబాణము తనపై వ్రేయయత్నించుచున్నాఁడు.)

విదూ—(చేయి బట్టుకొని) రాజా! ఏమిపని చేయుచుంటివి! నేను బ్రాహ్మణుఁడను, వయస్సు మీఱినవాఁడను, నీతండ్రికాలమునుండి కొలువు సేయుచుండువాఁడను, నీసొమ్ము పెట్టుచున్నంతమాత్రమున న న్నింతయగౌరవపఱతువా! లోకముగానిలోకమునకు నీవు ప్రయాణమై పోవునపుడు దగ్గరనున్న పూజ్యుఁడనైననాతో చెప్పి పోవలదా? ఇంతవిశ్వాసహైన్యమా!

పురు—విప్రవర్యా! నమస్కారము నేను పోయెదను. సెలవిమ్ము.

విదూ—ఎందులకు.

పురు—నాకాంతను నేను తెచ్చుకొనుటకు.

విదూ—నాయకుఁడు స్వయముగా నాయికకొఱకు పోయి తెచ్చుకొనుక్రొత్తవాడుక నీనాఁడు కలిగినదికదా. ఇంత తెలియనివాఁడవుకనుకనే ఆకాంత నిన్ను విడనాడి పోయినది. ఇప్పుడైనను పూర్వాచరణము ననుసరించి చిరకాలసేవకుఁడ నైననన్ను దూతగఁ బంపుము. ఇక్ష్వాకుకులసంభవులకు సంధించినబాణ ముపసంహరించుట మర్యాద కాదు! కాదు! ముమ్మాటికి కాదు. ఇదుగో వేదఘోషపవిత్రమగునాకంఠమును నీబాణమునకు గురి యిచ్చితిని. ఏమీ! సంకోచించెద వేల?

పురు—ఆహా! విప్రవర్యా! నన్ను వంచించితివిగదా.

విదూ—నిన్ను నీవే వంచించుకొంటివి. వేనవేలకుటుంబముల కాధారమగునూరిపై నిప్పు పెట్టఁ దలఁచితివా? కుసుమసుకుమార మగునీమేనును బాణాగ్ని కాహుతి చేసెదవా? ఇదిగో అగ్నిస్వరూప మయినగాయత్రి యిచ్చట వెలుఁగుచున్నది. అగ్ని నగ్నిలో ప్రవేశపెట్టుము.

పురు—బ్రహ్మహత్యాదోషము గట్టుకొందునా?

విదూ—ఆత్మహత్య యంతకంటె దోషమని యెఱుఁగవా?

పురు—నాకాంత నన్ను విడనాడి పోవుటచే నే నట్లు చేయ యత్నించితిని. ఇఁక నే నెట్లు బ్రతుకఁగలను?

విదూ—నీవలె రక్తము, మాంసము, చర్మము గలిగినయాకాంతయే నీకు స్వాధీనపడక పోయినప్పుడు రూపరహితమును, భగవదధీనమును నైనమరణము నీవశ మగు నని తలఁచెదవా? తలకుమీఱినపనులు తలపెట్టెదవా? చేతనైనయెడల నన్నుఁ గొట్టుము.

పురు—వయస్యా! ని న్నేల చంపుదును? ఆత్మహత్యనుగూడ చేసికొనను. లెమ్ము ఇఁక నీవు సంతుష్టిపడితివా!

విదూ—(పెద్దనవ్వు నవ్వుచు) ధనుర్బాణముల నిటు తెమ్ము.

పురు—(ఇచ్చుచు) నర్మదా, నీవు దాఁటిపోయితివికదా. ఇఁక నేను చిరకాలజీవినై యుండెదను.

ఆ. కనులు, చెవులు, నడుమఁ ♦ గాళ్ళుచు లేకుండ
చేతు లసలె లేక ♦ శిరము నేలఁ
గొట్టుకొంచు గాలిఁ ♦ బొట్టఁబోయుచు వేయి
వత్సరంబు లుందు ♦ పాములీల.

విదూ—ఆలాగున నుండినను నరగకాంతకు పతివే యనిపించుకొందువు.

పురు—బాణమును సంధించితివేల మిత్రమా!

విదూ—పుట్టముంగివలె నున్నదీనిని కొట్టుటకు (నవమాలికవంకకేను బఱచి)

పురు—నవమాలికా.

ఆ. చిన్నతనమునుండి ♦ జేసినస్నేహంబు
వీడిపోయె నీకు ♦ వెలఁదితోడ
నిన్నగట్టుకొన్న ♦ నెఱకొంగుముళ్లయో
నేఁడెవీడె నాకు ♦ నెలఁతతోడ.

మనమిద్దఱ మొకవస్తువునే గోలుపోవుటచేత సమానదుఃఖము గలవారము. ఐనను, కాదు, నాదుఃఖమే యెక్కువకదా!

గీ. వెలఁదివెలఁదిమధ్య ♦ గలిగెడుప్రేమ య
భ్యసనమునను వచ్చు ♦ నది సహజము.
పురుషకాంతలందుఁ ♦ బోరిని సూదిని సూది
హత్త దంటురాతి ♦ హత్తుఁగాని.

విదూ—సత్యము! సత్యము! బూరెయు నేయియు కలియునుగాని బూరెయు బూరెయు హత్తునా?

నవ—అయ్యా నాకు సెలవిమ్ము.

విదూ—నీచెలి కెవరు సెలవిచ్చిరి.

పురు—గీ, ఏగి క్రిందకు నచ్చుట ♦ నేఁడు మీవు
నాతి! నే నిచ్చటను రోద ♦ నం బొనర్తు
పైన నెలుఁగెత్తి చాతక ♦ పక్షి, క్రిందఁ
గప్ప, యొక్కవానకె యేడ్చు ♦ కరణిగాఁగ.

నవ—అయ్యా! నమస్కారము. సెలవు దీసికొనెదను.

పురు—సరే పొమ్ము. (నవమాలిక నిష్క్రమించుచున్నది.) ఏమియుఁ దోఁచుట లేదు. మిత్రమా! ఏమి చేయుదము?

విదూ—ప్రశస్తమైన తెలకపిండి దెప్పించి—

పురు—వయస్యా! ఎప్పుడు భోజనదృష్టియేనా?

విదూ—ఏడ్చియేడ్చి మెరుగురాచిననీగొంతుకకు తెలకపిండివంటివస్తువు మఱియొకటి కలదా? నీబొంగురుగొంతుకను విన్న దేవిగారు విన్ననుమానింపరా?

(అప్పుడు సుమతిచేటికయగుకళ్యాణి ప్రవేశించుచున్నది.)

కళ్యా—రాజేంద్రా! నమస్కారము.

పురు—(సంభ్రమముతో) ఇపుడు వచ్చితి వేల?

కళ్యా—దేవిగారికి సెల వైనది. తాము దయచేయవలెను.

పురు—(అపవారించి) మిత్రమా! ఇప్పు డెట్లు పోదును! పోకపోయిన తానే యిచ్చటికి వచ్చునేమో! ఏమిచేయుదము?

విదూ—కళ్యాణీ! రాజుగారికి కొంచెము జబ్బుగ నున్న దని చెప్పుము.

పురు—మిత్రమా! అట్లనేద వేల? కళ్యాణీ! అతనికి తెలియదు. (తనలో) ఏమని తిరిగి వర్తమానము పంపుదును?

కళ్యా—ఏమి! మహారాజా! తాము చింతాక్రాంతులై యున్నారు.

పురు—(లేచి కళ్యాణిచేయి బట్టుకొని) ఏమియు చింత లేదుసుమా! దేవిగారికటాక్షము న్న చింత యేల? చింతించుచుంటి నని చెప్పెద వేమో! ఇదిగో! బహుమానముగా ఈయుంగరమును తీసికొనుము. (అని యొకయుంగర మిచ్చుచున్నాడు.)

విదూ—నర్మద నీ కిచ్చినమణియుంగర మిచ్చెద వేమో సుమా! కొంప మునుగును.

పురు—(విదూషకునివంక నెఱ్ఱబారి చూచి) రాచకార్య మేదో సఖుడునుతానును పరిశీలించుచుండి రని చెప్పుము.

విదూ—చిత్తము. అటులే చేసెదను.

కళ్యా—మశూచికముతో వెనుకటిరోగములునశించినట్లు నీవర్తమానముతో నీవెనుకటిదుఃఖము లాఱినవా?

పురు—చాలు మిత్రమా! బాగుగఁ జేసితివి.

విదూ—అసలు పెండ్లాముయొక్కవార్త యిటువంటిపై దుఃఖములకన్నిటికి నుచ్చాటనమంత్రము సుమా! వయస్యా! అన్ని విధములదేవిగారు నిన్ను సుఖపెట్టుచుండ నీ వన్యకాంత నపేక్షించుట యుచితమా?

పురు—ఇష్టసఖా! సుమతితో సుమారు, ఇరువది సంవత్సరములనుండి సంసారమును చేయుచుంటిని. అయిన నొక్కపుత్రుఁడైన నొ

దవఁ డయ్యెను. మరియొకకాంతను వివాహ మాడినయెడ నామెవలన నైనను నా కీకోఱిక తీఱఁగల దను నపేక్షచే నన్యకాంతాసక్తి నుంటిని గాని కేవల మనేకకాంతాలోలత్వముచేఁ గాదు. అట్లుండ నత్యంతసౌందర్యవతి యగు నర్మద నాకన్నులను బడి కొండంతయాస కలిగించి తుద కీవిధముగఁ జేసి పోయినది. నర్మదను చూచునాశ నాకు లేదు. సంతానాపేక్ష మొదలే లేదు. మిత్రమా! ఏమిచేయుటకును తోఁచకున్నది. ఏమిచేయుదము.

విదూ——ఆశ లన్నియు నడుగంటినప్పుడు హరినామస్మరణకంటె చేయఁ దగిన దేది! (హరినారాయణ హరినారాయణ) అని పాడుచున్నాఁడు.

[తెరలో హరినారాయణ హరినారాయణ యనిధ్వని కలుగుచున్నది.]

విదూ——ఏమీ నాప్రతిధ్వనివలెనే మఱియొకనాదము వినఁబడుచున్నది! ఓహో! ఎవరో మహాముని వీణ చేతఁబుచ్చుకొని నారాయణస్మరణ చేయుచువచ్చుచున్నాఁడు దూర్వాసుఁడై యుండఁడుగద!

పురు——మిత్రమా! నారదమహాముని యైయుండును.

(అప్పుడు నారదమహాముని ప్రవేశించుచున్నాఁడు.)

పురు——మహర్షి శేఖరా. నమస్కారము.

నార——రాజోత్తమా! మనోరథసిద్ధిరస్తు.

పురు——తమయాశీర్వచనఫలముచే మనోరథసిద్ధి కావలెనుగాని నాయదృష్టఫలమునఁ గానేరదు.

నార——రాజా! అట్లనుచుంటి వేమి?

పురు——మహర్షిచంద్రమా! మఱేమియు లేదు.

నార——ఇంద్రునిసందేశమును వినుము. ఇంద్రలోకమం దొకచిత్రమగు నాటకమింద్రుని సన్నిధిఁ బ్రయోగింపఁబడును. ఒకభూలోకరాజ

స్వనిచరిత్ర నాటకముగ నాడఁబడును. ఆనాటకమును జూచు టకు మనుమడ వగునిన్ను స్వర్గమునకు వెంటబెట్టుకొని రమ్మని యింద్రుఁడు నన్ను ప్రార్థించి పంపెను. కావున నీవు నావెంట నిప్పుడేరావలయును.

పురు—అయ్యో! మహానుభావా! నాచరిత్రయే యొకచిత్రమైననాటక మైనది. దిక్కుమాలినవాఁడనై యిక్కడ విలపించునాకు వేఱు నాటకము లేల? ఉత్సవము లేల? తను వేల? సంభోగము లై నను చిత్తశాంతిగలవానికి గదా!

గీ. ఆశ లన్నియు భగ్నంబు ♦ లైన తనువె
భారమైయుండఁగూలంగఁ ♦ బడితిఁ గ్రింద
నుట్టిచేరులు నాలుగు ♦ నూడిపోవ
పాలకుండ భళ్లున నేలఁ ♦ బడినభంగి.

నార—రాజా! అంతయధైర్యపడుట కేమికారణము?

పురు—మహానుభావా! ఆజ్ఞ యిచ్చితిరి. గనుక మనవి చేసెదను.

ఆ. ఉరగలోక మొంది ♦ యురగకాంతను జూచి
పెండ్లి యాడి పెండ్లి ♦ పీటలందె
విధురదశను జెంది ♦ వెతలచేతను మోము
వాచి యుంటిఁ జావుఁ ♦ జూచుటకును.

నార—(తనలో) ఇది యంతయు నింద్రునిచే విన్నదే కదా. [ప్రకాశ ముగా] రాజా! ఉరగకాంతను పెండ్లికూడ నాడితివా?

పురు—మహానుభావా!

ఆ. ముద్దుటుంగరములు ♦ మురిపెంపుకౌఁగిళ్లు
మదులు మార్చుకొంటి ♦ మదియు నేను
త్రాడుగట్టనట్టి ♦ యాలోటు లేకుండ
గొంతు త్రెంచుపోసె ♦ యింతి పోయె.

నార—ఆ. కష్టసుఖము లెందు ♦ గాత్రధారికి నైజ
మగును వాని కింత ♦ యడల నేల?
కాలగతిని సుఖము ♦ కష్టంబు వచ్చురు
ధాత్రిగతిని పగలు ♦ రాత్రిపోలె.

అనేకచక్రవస్తువులు ప్రపంచమం దష్టకష్టములఁ బడి తుదకు ఫల ముగాంచి సంతసించి రనుసంగతి ప్రత్యక్షముగ నాటకములవల నఁ దెలియును. నీవు నట్లే సుఖపడవచ్చును. ఇంద్రునియొక్క యాజ్ఞ, త్రిలోకసంచారి యగుమునియొక్క సందేశము, చూచు నది నీతిబోధక మగునాటకము, చూడకుండఁ దగునా! విధేయుఁ డనై వచ్చితి నని యింద్రుఁడు సంతసించినను హరినామస్మరణ పరాయణుఁడ నగు నేను సంతసించినను నీమనోరథసిద్ధి యగును. కావున వేగము లెమ్ము.

పురు—చిత్తము. మహానుభావా! ఇదుగో! వచ్చుచున్నాను. వయ స్యా! ఇంద్రుని యాజ్ఞచే నారదమహర్షి వారివెంట నే నింద్రలో కమునకు నాటకాలోకన కుతూహలమున వెళ్లితినని నీవంతఃపుర ముననుండు దేవిగారితోఁ జెప్పుము.

విదూ—చిత్తము. (నిష్క్రమించుచున్నాఁడు.)

పురు—మహర్షి శేఖరా! కామగమనుల రగుతమతో నేనుగూడ నూ ర్ధ్వలోకమున కెట్లురాఁగలను?

నార—నీ కట్టిసందేహ మేల? నామాహాత్మ్యమువలన నిన్నాకాశగ మనమునఁ దీసికొనిపోయెదను.

[పురుకుత్సనారదు లిద్దఱును పైకిఁ బోవుచున్నారు.]

పురు—అయ్యో! నాకాంతయు నిటులే యెగిరిపోయెనుగదా [అని యి ద్దఱును నిష్క్రమించుచున్నారు.]

తృతీయాంకము సంపూర్ణము.

శ్రీ

నర్మదాపురుకుత్సీయము.

[చతుర్థాంకము.]

రంగము—ఇంద్రలోకము.

(ఇంద్రుఁడు, శచీదేవి, బృహస్పతి, సూర్యుఁడు, చంద్రుఁడు; ప్రవేశించుచున్నారు.)

ఇంద్రు—ఆచార్యోత్తమా! తాము సెలవిచ్చినప్రకారము సర్వమును సిద్ధపఱుచుట కుత్తర వైసఁగినాను. ఇఁక నవశిష్ట మేమియు లేదు. పురుకుత్సునిరాకకొఱకే నిరీక్షించుచుంటిని. అయినను సేవకా! నాటకసంఘాధ్యక్షు నిటు పిలువుము.

సేవ—చిత్తము. (అనిపోవుచున్నాఁడు.)

ఇంద్రు—శచీ! నీతో నాకుఁ గలిగినపంతమునకుఁగదా ఈనాటక మిప్పు డాడించి పురుకుత్సు నిచ్చటికి పిలుపింపవలసి వచ్చెను! అయినను నీవే గెలుతు వేమో! నీపంతము గెలుచుటయే నాకును బరమసమ్మతము.

శచి—(నవ్వుచు) మీరు లోకత్రయాధిపతులు. మీయిష్టమునకు వ్యతిరేక మెన్నఁడైన జరుగునా!

ఇంద్రు—పద్మబాంధవా! ఈదినమునత్వదీయవంశమణి యగుపురుకుత్స చక్రవర్తిశిఖామణిని చూచి మిగుల సంతసించెదవుగాక! కువల

యబాంధవా! నాటకసందర్శన కుతూహలుఁడనై యుంటి
విగదా!

(ఇంతలో సేవకుఁడు చిత్రవర్ణునితో ప్రవేశించుచున్నాఁడు.)

ఇంద్రు—ఏమీ! చిత్రవర్ణా! నాటకసమాజమున కధ్యక్షుఁడవైననీచే
సర్వమును సిద్ధపఱుపఁబడినదా?

చిత్ర—చిత్తము. దేవరయాజ్ఞ యనుల్లంఘనీయము కదా.

ఇంద్రు—శైలూషు లందఱును, వారివారిగ్రంథభాగమును బాగుగఁ
జదివి యభినయించువారేనా!

చిత్ర—మహాప్రభో! నాటకముయొక్క ప్రయోగానుకూల్యమునకునాదే
భారము.

ఇంద్రు—(రహస్యముగ) శచీ! త్రిపురసుందరీవేషము వేయుదానితో
మిగుల జాగరూకతతో నుండు మని చెప్పితివా! తెలివితక్కువు
గ నభినయించినయెడల శిక్షింతు నని కూడఁ జెప్పితివా!

శచి—ముమ్మాటికిని జెప్పితిని.

ఇంద్రు—చిత్రవర్ణా! పురుహుతుండు వచ్చు వేళ యైనది. కావుననాటక
మారంభ మొనరింపవచ్చును. పోయిసూత్రధారుని పిలువుము.

చిత్ర—చిత్తము. (అని నిష్క్రమించుచున్నాఁడు.)

సూర్యు—

గీ. అమరా! నారదమునివర్యు • నెడమప్రక్క
తనుమహాతనుదీధితుల్ • దనరుచుండ
గాలుపురుకుత్సుఁ డురుశర • త్కాలమేఘ
సన్నిధిని జెంది వెలిగెడు • నన్నుఁబోలి.

బృహ—

గీ. ఉన్నతో దారకులభర్తఁ • డొక్క డెవఁడొ
దుష్కళంకి యోగాగ్ని స • న్మూర్తు లగుచు

రండయును నారికేళాగ ♦ మందు నేది
యో యొదవినట్టిదయ్యపు కాయరీతి.

చంద్రు—(తనలో) దుష్కళంకి నని యీముసలిముని న న్నాక్షేపిం
చుచున్నాఁడు. ప్రత్యుత్తరమున కిది సమయము గాదు.

ఇంద్రు—(తనలో) ఈమహానుభావునిహృదయఫలకమునం దీతారాపతి
చేసినయక్రమము శిలాశాసన మైనదికదా. ఆదిత్యా! పురు
కుత్సుఁడింక నెంతదూరమున నున్నాఁడో చూడుము.

శచి—దేహ మంతటయును కన్నులుగలమీరు చూడక యాతనినిచూ
డుమనెద రేమి?

ఇంద్రు—(తనలో) ఆహా! ఈమె నాపూర్వకృత్యమును దెప్పి పొడం
చుచున్నది!

సూర్య—పురందరా! నారదపురుకుత్సు లిద్దఱును వచ్చిరి.

(నారదపురుకుత్సులు ప్రవేశించుచున్నారు)

ఇంద్రు—(లేచి) మహర్షిచంద్రమా! పురందరుఁడు భక్తినమ్రుఁడై న
మస్కరించుచున్నాఁడు.

నార—కళ్యాణమస్తు.

ఇంద్రు—వత్సా! పురుకుత్సా! ఈయాచార్యోత్తమునకు ముందుగ న
మస్కరింపుము.

పురు—సురగురూత్తమా! నమస్కారము.

బృహ—ఇష్టార్థసిద్ధిరస్తు! పురుకుత్సా! (ఇంద్రశచీదేవులను జూపించి)

సీ. వరసుధర్మాధిగతులైన ♦ వారి కిరువు
రకును సాష్టాంగ మొనరింపు ♦ రాజవర్య
రజతగిరిగతగిరిసుతా ♦ రాజశేఖ
రులను మ్రొక్కెడునలకుమా ♦ రునివిధమున.

(పురుకుత్సుఁడు నమస్కరించుచున్నాఁడు.)

ఇంద్రు—పురుకుత్సా! ఇష్టార్థ సిద్ధిరస్తు! ఆచార్యోత్తమా! పార్వతీపరమేశ్వరులకుఁ గుమారునివలె నమస్కరించుమనివీనికాజ్ఞాపించితిరి.

గీ. వీనితండ్రిమాంధాతకు ♦ నేను తండ్రి
వంటివాఁడ నాతఁడు భూమిఁ ♦ బాయ నేన
తండ్రి నాదును వీనికిఁ ♦ దాపసేంద్ర
మీరువలికినమాటలు ♦ మిథ్యలగునె!

బృహ—పురుకుత్సా!

గీ. అమిత తేజఃప్రశస్తుఁడై ♦ నట్టియతఁడె
సూర్యభగవానుఁడే దల ♦ సోఁక మ్రొక్కు—
మతనికులమునఁబుట్టితి ♦ వయ్య! కశ్య
పునికులమున జయంతుండు ♦ పుట్టినట్లు.

పురు—ఓ ప్రభాకరా! భవదీయవంశజుఁడగుపురుకుత్సుఁడు నమస్కరించు చున్నాఁడు.

సూర్య—(లేచి కౌఁగిలించుకొని) వత్సా! చిరాయురస్తు!

గీ. పెద్దవాఁడను వయసునఁ ♦ బెద్దవాఁడఁ
దేజమున నస్మదాభసం ♦ దీప్త నిన్ను
నాకులంబునఁ గాంచి య ♦ నాకులతను
గంటినది స్వభావమె కుల ♦ కర్తలకును.

నార—(తనలో) వయసునఁ బెద్దవాఁడ ననుచున్నాఁడు. ఆదిత్యులందఱును ద్రిదశులే కదా? దంతము లూడుటచే కాదు. ఊఁడగొట్టఁ బడుటచే కాఁబోలును పెద్దవాఁడ నని చెప్పుచున్నాఁడు.

గీ. పద్మబంధుఁడు కువలయ ♦ బాంధవుండు
చక్రవర్తియుఁ జేరనీ ♦ స్థలము వెలుఁగు
భవ్యతమలోచనత్రయ ♦ భరితమైన
మదనసాదనువదనబిం ♦ బంబుకరణి.

ఇంద్రు—పురుకుత్సా! నీవలెనే కువలయపరిపాలకుండైన యీచంద్రున కు నమస్కరింపుము.

పురు—(భయపడి వెనుకకుం బోవుచున్నాఁడు.)

బృహ—(తనలో) భళీ! రాజా! చండాలునిం జూచి దూరమునకుం దొలఁగినట్లు తొలఁగుచుంటివే!

పురు—(తనలో) ఓ రాజా! నీవు విచిత్రచరిత్రుఁడవు.

గీ. సతియు పతియుఁ గూడినఁ జాల ◊ సౌఖ్య మొసఁగి
విప్రలంభమునను వీక్ష్చి ◊ పిప్పిజేయు
చెలిమి పరిరంభసౌఖ్యంబు ◊ నిచ్చి విరహ
మునను వేధించు హేమంతు ◊ ననుకరించి.

గీ. మింట నినుఁ గాంచుమాత్రనే ◊ మంటలొదవె
మన్మనోగాత్రములయందు ◊ మనుట యెట్టులు
నేనునీసరి జేరితి ◊ నెవ్వరు సింహ
గహ్వరముఁ జేరుహస్తీంద్రు ◊ కరణిఁ గాఁగ.

(ప్రకాశముగ) ఓకువలయబాంధవా! నమస్కారము.

చంద్రు—ఇష్టార్థసిద్ధిరస్తు!

ఇంద్రు—పురుకుత్సా! ఇటఁ గూర్చుండుము.

పురు—చిత్తము (అనికూర్చున్నాఁడు.)

ఇంద్రు—సేవకా! నాటక మారంభించువేళ దాఁటవచ్చినది. సూత్రధారునిఁ బిలువుము. (అంతలో సూత్రధారుఁడు ప్రవేశించుచున్నాఁడు.)

సూత్ర—మహేంద్రా! నమస్కారము. నాటక మారంభించుటకు దేవరవారియనుజ్ఞ వేఁడుచుంటిని.

ఇంద్రు—అది యిదివఱకే యియ్యఁబడినది.

సూత్ర—చిత్తము. (నారదుఁడు తుమ్ముచున్నాఁడు)

ఇంద్రు—ఋషిసత్తమా! తాము తుమ్మినిరే. నాటకప్రయోగము బాగుగనుండక పోవునేమో! లేక మనము నాటకమును సాంతముగం జూచుట సంభవింప దేమో!

సూత్ర—

ఉ. ఎవ్వఁడు నిర్గుణుం డగు న ♦ హీనశుభోన్నతసద్గుణాఢ్యుఁడై
యెవ్వఁడదృశ్యమూర్తి యగు ♦ సృష్టచరాచరవస్తువాసియై
యెవ్వఁడఘౌఘభంజనుఁడగు ♦ నెప్పుడు రొమ్మునఁ గాంతఁ గట్టి వా
డవ్విభుఁడాశ్రితార్తిపరి ♦ హర్తయొసంగెడు మీకు మోక్షముల్

(నాంది యైనతర్వాత తెరవంకఁ జూచి)

నటీ! సింగారించుకొనుట పూర్తి యైనయెడల నిటు రమ్ము.

నటి—(ప్రవేశించి) ఆర్యా! నమస్కారము. మీయాజ్ఞను చేయుటకు సిద్ధముగ నున్నాను.

సూత్ర—మహేంద్రునిసన్నిధానమున నిపుడొక నాటకమును బ్రయోగించవలసి యున్నది. త్రిపురసుందరీప్రార్థన మందులకావశ్యకము గాన నొనరింతము.

నటి—
సూత్ర— } గీ. దుర్గసంరక్షితాశ్రిత ♦ వర్గవిఘ్న
నామసంకీర్తననిసర్గ ♦ నవవిలాస
చాకచక్యచలితభర్గ ♦ చరణసేవ
కులమువందనములనుగై ♦ కొనుముతల్లి.

(పాడుచుండగ తెరయెత్తిన నాలయములో నర్మద ప్రతిమవలె బ్రవేశించుచున్నది.)

పురు—(తనలో) ఏమిది! ఏమిది! ఏమిది! నాప్రాణవల్లభ యైననర్మదా యేమి! హా! నర్మదవలెనే కాన్పించుచున్నది. (లేచి తొట్రుపాటుతో) అయ్యయ్యో! నర్మదయే కాఁబోలును! ఆహా! ఇచట కెట్లు వచ్చెనో కదా! ఛీ! నర్మద కాదేమో!

గీ. మృత్యువాతను బడినట్టి ♦ యెగిరిపోవు
నర్మదను నేను తిరిగి గా ♦ నంగ గలనె?
అగ్ని దేవుఁడు గ్రహియించు ♦ నాహుతితతి
తిరిగి గ్రహియింపలేనట్టి ♦ తీరు గాఁగ.

సూత్ర—క. మాతా! శీతాద్రిసుసం
జాతా! స్ఫీతాంబకజల ♦ జాతా! పూత
ఖ్యాతసుగుణసంఘాతా!
నాతాపము దీర్పుము భృత ♦ నతజనజాతా!

పురు—(తనలో) ఆహాహా! నాబహిఃప్రాణ మైనయురగలోకనివాసినియేమో కదా.

గీ. ఎండిపోయినయీగాత్ర ♦ మెట్లుపులక
రించు? నర్మదయేగాని ♦ యెడల నిప్పు
డుష్ణతప్తభూభాగమం ♦ దొదవు నెట్టు
జలశిలీంధ్రాళి మేఘోద ♦ యమునఁగాక?.

ఛీ! పురుకుత్సా! భ్రమపడుచుంటివేమో! గర్జారవమునంగాని శిలీంధ్రములు మొలక లెత్తునా? అయినను ప్రకృతివిరుద్ధ మేమియు లే దనుకొనెదను.

గీ. తనకు నమ్మకమైనవై ♦ ద్యవరుఁ గాంచు
తోడనే రోగి కిసుమంత ♦ తొట్రుపాటు
తగ్గి కాసంతయారోగ్య ♦ దశయు వచ్చు
మందు వేయలేదనువెఱ్ఱి ♦ మాట యేల?

కావున నిశ్చయముగ నీమె నర్మద యనుకొనెదను. ఈమె యెవ్వరని యెవరినైన నడిగినఁగాని యీమె నాకాంతయే యని పలవరించినఁగాని వీరందఱు నన్నుఁజూచి నవ్వుదురేమో? అయిన నొకఁడేమనుకొందురో యని సంకోచపడుట కవకాశ మీయఁద

గినయవస్థలో లేనైతిని. ఆహా! నాయవస్థ దినదినప్రవర్ధమాన మగుచున్న పాతరోగియవస్థవలె నున్నది కదా.

గీ. ఈమె యెవ రన దోషమే? ♦ యింద్రు నడుగు
వాఁడ; క్షుధను ప్రాణంబులే ♦ పీడనున్న
పాంథుఁ డొకపండు గాంచి యా ♦ వనమువాని
దానివెల యెంత యనినచో ♦ దైన్య మగునె.

పండు నాకొసఁగు మనిన దైన్య మగు నటువలె ఈమె నాకు సుఖప్రదాయిని గనుక నా కిప్పింపు మని యింద్రు నడిగిన దైన్య మగునుగాని యీమె యెవ్వరని యడిగిన బాధ లే దనుకొనెదను.

ఇంద్రు—పురుకుత్సా! గాలిచే కొట్టుకొను కేతనమువలె నేల యట్లు సంభ్రమించుచుంటివి?

పురు—(చేతులు జోడించుకొని) అయ్యా! ఈత్రిపురసుందరీవేష మభినయించెడు వార లెవరో నే నడిగిన నన్ను మన్నింతురుగాక.

ఇంద్రు—(నవ్వుచు) సూత్రధారు నడుగవలసినమాట నన్నడుగుచుంటి వేమి?

పురు—దేవా! క్షమింపుము. సూత్రధారు నడుగవచ్చునా?

ఇంద్రు—ఎందులకు నీకంత తొందర! (అపవారించి) దేవీ! చూచితివా! పురుకుత్సునివికారము.

నార—(తనలో) ఆహా! అంతతొందర యెందులకని సహస్రాక్షుఁ డాక్షేపించుచున్నాఁడా! రెండుయామముల రాత్రి యుండగనె వడివడిగ పోయి మునికొంప దీసినప్పు డీశాంత మితని కెక్కడఁ బోయెనో!

పురు—ఓసూత్రధారా! నర్మదావేష మభినయించువా రెవరు? (అందరు నవ్వుచున్నారు.)

సూత్ర—రాజేంద్రా! ఇచట నర్మదావేషము లేదే!

పురు—(సూత్రధారుని చేతులఁ బట్టుకొని) నర్మదావేషము గాక యథార్థమైననర్మదయే కద!

సూత్ర—రాజా! మీయభిప్రాయము నాకు తెలియ కున్నది.

పురు—(తనలో) ఒడలు తెలియక నాయభిప్రాయమే నే నెఱుగనప్పుడు నాయభిప్రాయము వీనికి తెలియకపోవుట వింత గాదు. (ప్రకాశముగా) అయ్యా! త్రిపురసుందరీవేష మభినయించువా రెవరు?

సూత్ర—అయ్యా! క్షమింపుము. అట్లుచెప్పుట సామాజికశాసనమునకు విరోధము. అయినను తాము రాజేంద్రు లాజ్ఞాపించితిరి కాన—

ఇంద్రు—ఏమీ! సూత్రధారా! విశ్వకర్మచే నిర్మింపఁబడిన బంగరు బొమ్మ కాదా?

సూత్ర—చిత్తము. ఆసంగతియే మనవి చేసికొనఁబోవు చున్నాను.

పురు—విశ్వకర్మచే నిర్మింపబడినబంగరుబొమ్మయా యిది! (తనలో) నాదియు బంగరుబొమ్మయే కదా. అయిన నది విశ్వకర్మచేగాక విశ్వకర్తచే నిర్మింపఁబడినది. ఓహో! విశ్వకర్మా! సృష్టికర్త సామర్థ్యముకంటె నీసామర్థ్యమే యెక్కువ గనున్నది.

గీ. అన్నివిధముల సాదృశ్య ♦ మందినట్టి
ఘటములను జేయజాలఁడా ♦ కంజభవుఁడు
నాతి నర్మదప్రతిబింబ ♦ మై తనర్చు
ప్రతిమనిర్మించునీ కివే ♦ వందనములు.

అయ్యో! నర్మద యని యెంతగా భ్రమసితిని! చిట్టచివరకు బొమ్మను జూచి నర్మద యని సంతసింపవలసివచ్చెను. నిజమైననర్మదనుగాంచి సుఖించుమహాభాగ్యమునాకీజన్మమందు లేదుకదా.

గీ. బొమ్మ శిక్షించి నాముద్దు ♦ గుమ్మ యంచు
నెంచి చివరకు పంక్తిగి ♦ లించినాఁడ
నెండమావులనీ రంచు ♦ నెంచి యరికి
చతికిలంబడుదాహాపీ ♦ డితునికరణి.

ఆహా! ఆప్రతిమ యెంత దివ్యదర్శన మిచ్చుచున్నది. సృష్టించిన విశ్వకర్మయైనను నిది ప్రతిమగాక యప్రతిమకళాకలితయైనకాంతయని భ్రమపడవలసిన ట్లున్నది.

బృహ—రాజేంద్రా! మఱచిపోయినవిద్యను తిరిగి యాకర్షించువాని వలెనంత యస్తిమితముగ నుంటివేమి?

చంద్రు—(తనలో) తరలిపోయినభార్యను తిఱిగి తెచ్చుకొన్ననీకంటె కష్టులేయుందును.

పురు—మఱచిపోలేదు. మరచిపోవుట కవకాశము లేదు. తిఱిగి తెచ్చుకొనుట కసలే లేదు.

ఇంద్రు—(నవ్వుచు) రాజా! ఏమైన కథ పొడుచుచుంటివా?

పురు—నేను కథపొడుచుట లేదు గాని, ఈప్రతిమ నాకన్నులను పొడుచుచున్న దని చెప్పిన మీ కందఱకు కథగ నుండునుకద. మహేంద్రా! ఇది యథార్థమైనప్రతిమయేనా?

ఇంద్రు—నీ వాలోచించుకొనరాదా? మాటలు గాని యభినయము గాని దేనియొక్క ప్రయోగము నవసరము లేనిపాత్రను కనుపఱచుటకు ప్రతిమ చాలదా? యథార్థమగునా యని ఇన్నిమాటలడిగెద వేల?

పురు—మహేంద్రా! నే నింద్రజాలమునఁ బడియుంటినిక దా. ఇఁక సిగ్గువిడిచి చెప్పెదను. ఉరగలోకమందు వరించి భూలోకంబున పరిరంభసౌఖ్య మొందుచుండఁగఁ గోలుపోయిననాకాంతాశిఖారత్న మగునర్మదయే యని నన్ను భ్రమింపఁజేయుచున్న యీ

బంగరుబొమ్మనుసమీపించికనులారఁజూచుటకుసెలవొసంగుఁడు.

ఇంద్రు—శచీ! అంగీకరింపవచ్చునా?

శచి—కానిమ్ము. (పురుకుత్సుఁడు తొట్రుపాటుతోఁ బ్రతిమను సమీపించుచున్నాఁడు.)

చంద్రు—రాజేంద్రా! చేతితో నంటకూడదు సుమా!

పురు—గీ. అమితదూరంబునం దుండి ♦ కుముదవల్లి
నీవు కరముల నంటె గి ♦ ల్గింత లిడఁగ
మంచిదయ్యెనే? బొమ్మనే ♦ గాంచి యంట
దోస మగునె? తప్పెఱుఁగుట ♦ దుర్లభంబు.

బృహ—(తనలో) భళీ! రాజేంద్రా! ఆసీచుని త్రిపురారివలె శూలమునఁబొడిచితివి.

సూత్ర—ఓపురుకుత్సా! రాజేంద్రా! త్రిపురసుందరి నేనిచ్చట ప్రార్థించుచుండ మీ రేలవచ్చితిరి.

పురు—ఓసూత్రధారా! నీ వెందులకు వచ్చితివి?

సూత్ర—దేవీకటాక్షముం గోరి ప్రార్థింప వచ్చితిని.

పురు—నేనును దేవీకటాక్షముం గోరియే ప్రార్థింప వచ్చితిని.

సూత్ర—నాటకరంగస్థలమున కితరులు రాఁగూడదు. రాజేంద్రా! మానాటకమున కేల యభ్యంతరము కలిగించెదరు?

పురు—అభ్యంతర మేమియు లేదు. ఈత్రిపురసుందరి—కాదు.—ఈత్రిలోకసుందరిని ప్రార్థించుటకు వచ్చిననన్ను మీనాటకములోని మఱియొక వేషధారిగా భావించుము.

శచి—(నవ్వుచు) మహేంద్రా! కాంతలను స్వాధీనపఱుచుకొనుటకుఁ బురుషు లెన్నియసందర్భవేషముల నైన వేయుదురుసుమా!

ఇంద్రు—(తలపంకించి యుస్సురనుచుఁదనలో) ఆహా! శచి యహల్యావృత్తాంతమునే తిరిగి యుద్ఘాటించుచున్నది.

గీ. పతులదుశ్చేష్టల కసూయ ♦ పడుచు నుడుకు
సతులనాలుకకొన తమ ♦ పతుల నంట
గుట్టుమాట లాడఁగఁదగు ♦ నట్టియదను
కొఱకు వేచియుండును తేలు ♦ కొండివలెను.

బృహ—(తనలో)

గీ. శచిచురుకుమాటచే నొచ్చి ♦ జంభవైరి
కనులు కొలుకులఁ గెంపులు ♦ గ్రమ్మఁ గ్రాలు
ఖరకరోజ్జ్వలకిరణావి ♦ కాసమృదుల
తరుణ శోణసహస్రప ♦ త్రములకరణి.

ఇంద్రు—నాటక మారంభింపకుండఁగనే ప్రయత్నమునకు విఘ్నము కలిగినది. కావునసూత్రధారా! మీరు పొండు.

సూత్ర——చిత్తము.

పురు—అయ్యో! వద్దు. వద్దు. ఈబంగరుబొమ్మకూడనీనాటకపాత్రలలో నొకటి గనుకదీనిని వారుతీసికొనిపోవుదురేమో! కటాక్షింపుము.

ఇంద్రు—అది యిక్కడనే యుండును. మీరు పొండు. (సూత్రధారుఁడు మొదలగువారు పోవుచున్నారు.)

పురు—గీ. పరమసంతోష మొసఁగిన ♦ పడఁతిఁ బాసి
పడఁతిరూపంబుఁ గని గుండె ♦ బాదుకొంటి
ఖ్యాతబిరుదాళి నొసఁగిన ♦ కత్తి బోవ
నొరను గని యేడ్చురణశూర ♦ వరునికరణి.

ఆహా! ఎంతనిర్భాగ్యుఁడను! అపూర్వసౌందర్యవతి యగుకాంతాశిరోమణిని బాసి వలవల నేడువవలసి వచ్చెను. ఛీ! ఇక బతుకేల? బ్రతికియుండి యేమియనుభవింపఁగలను?

గీ. కాంత నను వీడిపోయిన ♦ కారణమున
నొడలిశక్తులు సర్వంబు ♦ నుడిగిపోయె

దారువున నున్నజ్వాలిక ♦ తరలి పోవ
వట్టిమసికట్టె మిగిలిన ♦ భాతి గాఁగ.

ఇంద్రు—[తనలో]

గీ. ప్రాణమునకంటె నెక్కువౌ ♦ పడఁతిఁ బాసి
భామరూపంబుఁ గనియెన్ను ♦ వాఁడతండు
గౌతమునినాతిదైనయా ♦ రాతిబొమ్మ
నేనుచూచిన మఱియింత ♦ యేస్తు నేమొ?

పురు—ఓహో! ప్రియసఖీ! నర్మదా! అయ్యో! యథార్థమైన నర్మదకు నేను దూర మైతినిగదా. బొమ్మతో నేడువవలసి వచ్చెను. ఎంతప్రారబ్ధము! ఏమీ! ప్రారబ్ధ మేమున్నది? ఈప్రతిమను జూచుటయైన కొంత యదృష్టమే యనుకొనెదను.

గీ. కాంతబాసినవలవంత ♦ గ్రమ్మచిత్త
మందు ప్రతిమావిలోకనా ♦ నంద మొదవి
సుఖముదుఃఖంబునేకమై ♦ సొబగుఁగాంచె
నెండయును వాన యేకమై ♦ యొసఁగునట్లు.

ఇంద్రు—సుఖదుఃఖములయొక్కయైక కాలికసమావేశము పురుకుత్సునియం దెంతవింతగ శోభించుచున్నది.

గీ. కనులు వర్షించుఁ మోము వి ♦ కాసమొందు;
నొడలు స్తంభించు! గాత్రమం ♦ దొదవు చెమట;
యక్షిగతనీరవాహిని ♦ యైనయంత్రి
జనితరత్న ప్రతిమకట్లు ♦ సముచితముగ.

పురు—మహేంద్రా! జీవనవంతుండనైన నన్ను బొమ్మగఁ జెప్పుచుంటివి. నాజీవనమునకు జీవనమైననర్మదనుగూడనీవేబొమ్మగఁ జేసితివా?

గీ. అంత కింతయ్యె ననుచు దై ♦ న్యంబు కొంత,
దుఃఖశాంతికినేదియో ♦ దొరకె నంచు

శైర్య మొక కొంత, గ్రమ్మఁగాఁ ♦ దనరుఁజిత్ర
మర్ధసంగ్రస్తచంద్రగ్ర ♦ హణముభంగి.

బృహ—(తనలో) ఆమూర్ఖునే తిరిగి తలఁచుచుంటివా!

పురు—గీ. ప్రతిమ నంటుకోఁక ముందు ♦ వంక, కడలు
వెనుకకును, లాగ మది నడు ♦ మను గలంగె
తూళ్ళయాస ముందునకును ♦ గాళ్ళనాచు
వెనుక లాగ స్రుక్కెడుహంస ♦ విధముగాఁగ.

ఆహా! పరమేశ్వరుఁడా? ఎంతయిక్కట్టు నొందింపఁజేసితివి! అ
యినను నిన్నన నేల?

ఆ. భయము, సిగ్గు, నెనరు, ♦ బలుశంక, సంభ్రమం
బాశ, సంతసంబు ♦ లన్ని కలసి
చిత్రగతిని గ్రమ్మె ♦ చింతార్ద్రమౌ మది
జలదగతసురేంద్ర ♦ చాపమట్లు.

ఆహా! నర్మదా! త్రిలోకసుందరీ! ఎచ్చటికిఁ బోయితివి? నిన్ను
విడిచి నేను బ్రతుకఁగలనా?

గీ. పడఁతిపై నిరాశ ♦ ప్రాణాళిఁబైకీడ్వ
ప్రతిమఁ జూచుకోర్కె ♦ వాని క్రింద
వైపులాగ నడుమ ♦ పరగ స్తంభించె చి
దంబరేశ్వరునివి ♦ ధంబుగాఁగ.

సూర్య—(తనలో)

గీ. పడఁతి యెదుర నున్న ♦ ప్రతిమగా భ్రమపడి
యింత కొట్టుకొనుచు ♦ నేడ్చు నితఁడు
సుఖము చిక్క నేమి? ♦ సుఖమంచు నెఱుఁగక
బ్రమయునరునిపాట్ల ♦ పాల మగునా.

ఇంద్రు—పురుకుత్సా! అనవసరముగ నాటకమునకు విఘ్న మొనరించుటయే గాక నీవంతచే మాకుఁగూడ సంతాపము కలుగఁజేయు చుంటివి. ఇటు రమ్ము, చాలు. ఆహా! విచిత్రచరిత్రుఁడవు!

పురు—మహేంద్రా! క్షమింపుము నేనువిచిత్రచరిత్రుఁడ.

ఉ. ఎట్టులొ నగ్నలోకమున ♦ కేగి వెలందుక నొక్కొ చూచి నే
నెట్టులొ ధాత్రిఁ జేరి మఱి ♦ యెట్టులొ దానిని గౌఁగిలింపఁ దా
నెట్టులొ పోయె నెచ్చటకొ ♦ యెట్టుల బొమ్మను చూడనయ్యెనో
యెట్టులుముందు కాఁగలదొ ♦ యిన్నిటికంటె విచిత్ర మేమగున్!

(పురుకుత్సుఁడు ప్రతిమయెదుట రెండుమూఁడుసార్లు నటునిటు తిరుగుచున్నాఁడు)

ఆహా! ఏమిది!

ఆ. ఎదుర నున్ననైన ♦ నిటుప్రక్క, నటుప్రక్క-
నున్న నన్నె జూచు ♦ చున్నయట్లు
కానుపించకుంట ♦ నే నిది ప్రతిమ గా
దంచు నెంచెదను య ♦ థార్థముగను.

(కొంచెము సమీపించి)

ఆ. ఆముఖంబునుండి ♦ యంభోజవాసన
వచ్చుచుంట నద్ది ♦ ప్రతిమ గాదు
చేతఁ జేయఁబడిన ♦ చూతఫలంబున
కెటులు సౌరభంబు ♦ ఘటనపడును!

ఇంద్రు—(తనలో) ఆహా! ఇతఁడు ప్రతిమ కాదని నిశ్చయించుకొనుచున్నాఁడుకదా (ప్రకాశముగా) పురుకుత్సా! వెనుక వదలినభ్రమను తిరిగి గ్రహించుచుంటివా? శిరోజములందలికమలముల యొక్కగంధమును ఆస్యాంభోజగంధ మని భ్రమపడుచుంటివా?

పురు——చింతచే మతిపోయినవాఁడ నైనను నేను భ్రమపడుటచే ననుకొనెదను.

గీ. ఊష్పుతావియె కాకున్న నువిదచనుల
నడిమిపైఁట సుంతచలింపఁ బడుట యెటులొ
ప్రసవమంజరులను గప్పు పండుటాకు
చిఱుతగాలిని గదలిన చెన్నువిూఱు.

శచి——పురుకుత్సా! ఎంతపెఱ్ఱివాఁడవు. ఝంఝామారుతమువలె నెదు రనున్న మాటలాడుచుండఁగా——

పురు——ప్రియా! భ్రమపడితిని క్షమింపుము. (ఆలోచించి) అయ్యో! ప్రతిమగాదు.

గీ. తొంగలించెడు రెప్పల తుదలయందు
బాష్పకణములు నిలిచెను ప్రతిమ గాదు
మించుతామరరేకుల మీఁదఁ దేనె
మంచుకణములు భాసించు మాడ్కిఁ గాఁగ.

ఇంద్రు——పురుకుత్సా! ఎంత పెఱ్ఱివాఁడవు. దానికనులు ప్రశస్తమైనమణులచే నిర్మింపఁబడినవి. అమూల్యమణులు నీరుగ్రమ్ముట సహజమేకద! అదిగాక చంద్రుఁడు సమీపమం దుండుటచే చంద్రకాంతమణిచే చేయఁబడిన తెల్లగ్రుడ్లు స్రవించు చున్నది. చంద్రా! యీరాజచంద్రుని భ్రమకు నీవు కారణ మైతివి గనుక నీ వీపాటికి నీలోకమునకేగి సుఖింపుము.

చంద్ర——(నవ్వుచు) చిత్తము (అని నిష్క్రమించుచున్నాఁడు.)

బృహ——(తనలో) ఇక్కడిపీడ వదలినది (ప్రకాశముగా) మహేంద్రా! నేనును పోయెదను. సెలవిమ్ము.

ఇంద్రు——ఆచార్యోత్తమా! నమస్కారము.

బృహ——కల్యాణమస్తు (అని నిష్క్రమించుచున్నాఁడు.)

సూర్య్య—నాటకమునకు విఘాతము తటస్థమైనది. నేనును బోయెదను.

ఇంద్రు—శ్రమయిచ్చినందులకు మన్నింపుము.

సూర్య్య—(పోవుచున్నాఁడు)

పురు—ఓహో! చిత్రమా!

ఆ. ప్రతిమయంచు నిపుడు ♦ పడఁతియం చప్పుడు
భ్రమకు సత్యమునకుఁ ♦ బరగనడుమ
గొట్టుకొంచు బాధ ♦ బెట్టొందు చయ్యయో!
పుటుకిలాడు బంతిఁ ♦ బోలుచుండి.

ప్రతిమ యగునో కాదో యనుసంశయమును బాపుకొనుటకును సుఖపడుటకును నా కొకయుపాయము దోఁచుచున్నది.

గీ. దానిచరణాంబుజంబుల ♦ పైని శిరము
భళ్ళుమని కొట్టుకొన్నచోఁ ♦ బ్రతిమయైన
తల పగులును బాధలుం దీరు ♦ లలి సుఖింతుఁ
బ్రతిమ గాకున్న సుఖము చె ♦ ప్పంగ వశమె?

(కిరీటము దీసి చేతఁ బట్టుకొని) అహా! నర్మదా!

గీ. రతినిగలిగినబడలిక ♦ బ్రాలి నీదు
చనులఁ దలగ్రుచ్చి నిద్రించి ♦ సౌఖ్య మొందఁ
దగిననేను నీప్రతిమపా ♦ దముల నాదు
తలనుగలరక్తమున నయ్యొ! ♦ తడుపవలసె.

హర హరా! (అని తలఁగొట్టుకొన యత్నించుచున్నాఁడు.)

ఇంద్రు—(రాజుచేతినిబట్టుకొని) నారదమునీంద్రా! తాము నాయందనుగ్రహించియీతనిని వెంటనే భూలోకమునకు తీసుకొనిపొమ్ము.

(అప్పుడు నారదుఁడు రాజుచేతిని బట్టుకొని తీసుకొనిపోవుచున్నాఁడు.)

పురు—అయ్యో! మునీశ్వరా! ప్రతిమ నింకొకసారి చూడనిమ్ము. శివశివా! శివ శివా! (అని క్రిందికి పోవుచున్నాఁడు) (అప్పుడును

ర్మదగుండెలు కొట్టుకొనుచు దేవళములోనుంచి యివతలకు వ
చ్చి యింద్రునిపాదములమీఁదఁ బడుచున్నది.)

నర్మ—అయ్యో! నాకాంతునితో నన్నుఁగూడ భూలోకమునకుఁ బంప
లేకపోయితివా? పంపుదువని కొండంతయాశ పెట్టుకొంటిని. నా
కిఁక నాతనితో సమావేశము స్థిరముగఁ గలుగునుగదా, యను
ధైర్యముచేత నింతకష్టమునకు నోర్చితిని. నాకాంతుఁడు నాయె
దుటనుండి బాధ పడఁగా నంతకు రెండురెట్లుబాధ నేనును లోప
లఁ బొందితిని. నీవు నన్ను శిక్షింతువను భయముచేతను, ఇఁ
క నాయవస్థఁ దెలియఁగలఁడనునమ్మకముతోను నంతబాధయు నో
ర్చితిని. నాకష్టమంతయు వృథ యయ్యెను. ఉరగలోకమున
నే నుండి యక్కడ వానితోనొకసారి యెడబాటు నొందితిని. భూ
లోకమున నాతని గౌఁగిలించుటకు యత్నింప నక్కడ రెండవ
సారి యెడబాటు నొందితిని. ఇదిమూడవసారి. మీసన్నిధిని నా
కే విపత్తు రావలసినదికాదు. ఒడలు మండుచున్నది. నోటివెం
ట మాట రాకున్నది. అయ్యో! తల్లీ! నీవైన నీభర్తతోఁ జె
ప్పుము. ఆఁడుదానవు నీకు తెలియని దేదియు లేదు. నీవైన
నన్ను కటాక్షింపుము. ఓతల్లీ! ఓతండ్రీ! నాకు పురుకుత్సునిద
ర్శనము కలుగఁజేసెదరా! నన్ను ప్రాణత్యాగము చేయు మనె
దరా! అయ్యో! నాథా! పురుకుత్సా! మందభాగ్యనైననాకొ
ఱకు నీకెంతదుఃఖము తటస్థించెను! (అని యేడ్చుచున్నది.)

ఇంద్రుడు—నర్మదా! అధైర్యపడకు. నీకు పురుకుత్సునియెడలఁ గల
ప్రేమ యెంతయో యిదివఱకెఱుఁగుదుము గాని పురుకుత్సునికినీ
యందుగల ప్రేమ యెంతయో మాకు తెలియకపోవుటచే నీ
చిత్రచరిత్రను నడిపించవలసివచ్చినది. నీ వదృష్టవంతురాలవు.
తగుసమయ మాలోచించినిన్ను భూలోకమునకు పంపెదను. వి

చారపడవలదు. యథార్థముగ నీవు సుఖింపఁగలవు. ప్రొద్దు పోయినది. ఇక పవళింపుము. లోనికి పోదుము.

శచి—నర్మదా! జయమగుఁగాక. నీమనోరథము నెఱవేఱును.

నర్మ—నేను నిశ్చయముగ స్వర్గమున నుండవచ్చునా!

(ఇంద్రుఁడు శచి) అవశ్య ముండుము.

నర్మ—నాకు సెలవు దయచేయుఁడు.

ఇంద్రుఁ—వెస్యము. (నర్మద నిష్క్రమించుచున్నది)

ఇంద్రుఁ—శచీ! పురుకుత్సునిప్రేమ యెట్టిదో కనిపెట్టితివా! నర్మదయొక్కప్రేమ యెక్కువని నాతో పంతము వైచితివిగదా. ఇప్పుడు సంతుష్టిపడితివా!

శచి—పురుకుత్సునిమాటలను విని యతనిప్రేమయే యెక్కువని మీరు భ్రమపడితిరా! చాలు. పరమగంభీరమైన ప్రేమ యెప్పుడును మాటలచే వెల్లడింపఁబడునది కాదని మీ రెఱుఁగరా!

ఇంద్రుఁ—కావున నీవే గెలిచితివా? అందులకు నాకును సమ్మతమే దేవీ! మిక్కిలి ప్రొద్దు పోయినది. ఇఁక పోయి శయనింతము. (శచిని కౌఁగిలించుకొని.)

గీ. నీదుసౌందర్యవిభవంబు ♦ నిశ్చలముగఁ
గాంచఁ గనులు సహస్రంబు ♦ గలిగినటులు
గాఢపరిరంభసౌఖ్యంబు ♦ గాంచుటకును
బాహువులుగూడ వేయిగా ♦ వలసె నాకు.

శచి—అది యెంతపని మీరు తలఁచుకొనినయెడల మఱియొకవేయిముఖ మైనను కటాక్షింపఁగలఁడు,

[అని యిద్దఱును నిష్క్రమించుచున్నారు.]

చతుర్థాంకము సంపూర్ణము.

శ్రీ

నర్మదాపురుకుత్సీయము.

పంచమాంకము.

రంగము—పురుకుత్సుని రాజమందిరము.

(ముందు విదూషకుఁడును, వెనుక కళ్యాణియు, ప్రవేశించుచున్నారు.)

విదూ—అంతవఱకు నే నెఱుఁగను. ఎఱిఁగినను చెప్పఁదలఁచుకోలేదు. ఎవరికిఁ జెప్పినను నీకుమాత్రము చెప్పఁదలఁచుకోలేదు. నీకు చెప్పినను, నీవు మఱియెవ్వరితోడను చెప్పఁగూడదు. ఎవరితోఁ జెప్పినను, నేను చెప్పినట్లుమాత్ర మెవరికిని దెలియఁగూడదు. అట్లు చెప్పినను రాజుగారితో మాత్రము చెప్పఁగూడదు. రాజుగారితోఁ జెప్పినను ఇప్పు డాయనకుఁ గలిగినతాపజ్వరము నివర్తించినపిమ్మట చెప్పవచ్చును. అప్పుడైనను దేవిగారిసన్నిధిని చెప్పఁగూడదు, ఇఁక నేను పోయెదను. (అనిపోవుచుండఁగా.)

కళ్యా—[వెంటఁబోవుచు] అయ్యా! పోవద్దు.

విదూ—ఛీ! అవతలకు పొమ్ము. కలకంఠమును కాకి వెంబడించినట్లు నీవు నన్ను విడువకున్నా వేమి!

కళ్యా—అయ్యా! మీకంఠధ్వనిని సంపూర్ణముగా వినుటకే కూడ వచ్చుచుంటిని.

విదూ—హాహా! (అనినవ్వుచు) కఱ్ఱదెబ్బ వినుటకు కాదుగదా.

కళ్యా—అయ్యా! నాకు పూజ్యులు ఆడుదానిని కొట్టుదురా (అని కఱ్ఱనుపట్టుకొనుచున్నది.)

విదూ—కఱ్ఱను వదలుము.

కళ్యా—నా వెనుకగాని కూర్చుండుము.

విదూ—సరే (అని యొద్దికను కూర్చున్నాడు.)

కళ్యా—అయ్యా! మహరాజుగారి కీ వ్యాధి యెందుచేత గలిగినదో.

విదూ—వైద్యులు చెప్పుచున్నారు—నాయొక్క భాగ్యమువలన వైద్యులయొక్క— వాహనభాగ్యాదివరుసలును, గొప్పవారి రోగ ఫలితంబులును పర మమిత్రుల యని తెలియగవా!

కళ్యా—అలాగున కాదు. ఎటువంటివైద్యులు వచ్చినను వారియొద్ద నౌషధముపుచ్చుకొనుట లేదు. పరిశుద్ధమైన వైద్యులనైన నిరాకరించుచున్నాడు. ఉపవ్యాధియన బుద్ధి యున్నట్లు చేయుచున్నంత టినిష్ప్రహాకు కారణ మేమైయుండును?

విదూ—తుపాను రాజపుత్రికయుండు సముద్రమును నిశ్చలముగ నుండునా ననునంగతి నీ వెఱుగవా!

కళ్యా—విప్రవర్యా! అయిన నేమి?

విదూ—అఖండమైనసంతోషము రాజపుత్రికకు యుండు కొన్నికొన్ని ప్రకృతులకు నత్యంతమైననిరాశ కలుగును.

కళ్యా—విప్రవర్యా! ఈమహారాజునకు మనోవ్యాధియేనా?

విదూ—కళ్యాణీ! నీవు జెజ్జిపోతు నెప్పుడైనఁ జూచితివా?

కళ్యా—జెజ్జిపో తనగా నాఁడుదానిని చూచినప్పటికి నీవలె పారిపోవు స్వభావము కలదేకదా.

విదూ—అదే కాదు దగ్గఱకు వచ్చినయెడల నిక్లులతోఁకతోఁ గొట్టె స్వభావముకలది కూడనగు. [అని కఱ్ఱ యెత్తుచున్నాఁడు.]

కళ్యా—అయ్యో! క్షమింపుము. జెట్టిపోతుప్రశంస నెందులకు చేసితివో చెప్పెదరా!

విదూ—రాజుగారివ్యాధి యట్టిస్థితిగనె యున్నది.

కళ్యా—ఎట్టులు!

విదూ—జెట్టిపోతునందు బ్రాహ్మణపాములక్షణములు కొన్నియు ఇతర జాతిపాములక్షణములు కొన్నియు కలసి యుండునుగదా.

కళ్యా—అఖండసంతోష మానన్న మైనది గనుక నింతచింత కలిగిన దని రాము సెలవిచ్చిరిలే! అది యేమై యుండును?

విదూ—భోజనవేళ మైనప్పుడు కడుపు మండుచుండదా? ఇదే నేను పోవలెను (అని పోవుచున్నాఁడు)

కళ్యా—నేను విడువను వదలను. (అనిచేతులు గట్టిగఁబట్టుకొనుచున్నది)

విదూ—ఓదేవీ! ఓదేవీ! ఈ వెంకఘాతమునుండి నన్ను కాపాడుము.

(అప్పుడు సుమతి ప్రవేశించుచున్నది)

సుమతి—ఏమి! బ్రాహ్మణోత్తమా! ఆడుదానిచేతిలో గిజగిజకొట్టు కొనుచున్నావు.

విదూ—మా రాజుగారివంటివాఁడే గిజగిజ కొట్టుకొని వ్యాధిగ్రస్తుఁడు కాఁగా ఇఁక నామాటెంత?

సుమ—(తత్తరముతో అపవారించి)

కళ్యాణీ! రహస్య మేమైన వెల్లడించినాఁడా?

కళ్యా—నర్మద, మఱియుంగరము. ఈరెండుమాటలు తప్పమఱేమియుఁ జెప్పలేదు. చిట్టితట్టను ముందు బెట్టి మలపగేదెను పాలుపితుకువిధమున తినుట కేమైన నీతనిముందుఁ బడవైచినయెడల నీర హాస్యము మనము గ్రహింపవచ్చు ననుకొనెదను. నేను పోయి ఫలములను తెచ్చెదను. (అని పోవుచున్నది.)

సుమ—[తనలో] నేను మాటలాడించి చూచెదను. [ప్రకాశముగా] విప్రశేఖరా! నీవు కాశి కెప్పుడైన పోయితివా?

విదూ—మీమామగారు కాలముచేసినప్పుడు.

సుమ—చాలుచాలు. అంతటితో నూరకుండుము. ఆకాశగంగ యెచ్చట పుట్టి యెచ్చటకు వచ్చి యెక్కడికు పోయెనో యెఱుఁగుదువా?

కళ్యా—[ప్రవేశించి] అయ్యా! ఈఫలములను తీసుకొండు.

విదూ—ఆహా! [అనినవ్వుచు] కళ్యాణీ! నామనస్సునకంటి ఫలములనే యిచ్చితివి. [ఆసివానివంకచూచుచు] అమ్మా! ఆకాశగంగ స్వర్గలోకమందు పుట్టి, రాజశేఖరునిచే తలపై పెట్టుకొనఁబడి, యంతట భూలోకమునకుఁ వచ్చి, తరువాత పాతాళలోకమునకు బోయెను.

సుమ—నర్మదయో?

విదూ—[తలవంచుకొని పరధ్యానముగా] ఉరగలోకమున బుట్టి, భూలోకమునకు వచ్చి మనరాజశేఖరునిచే కౌఁగిలించుకొనఁబడి, తరువాత రాక్షసునిచే స్వర్గలోకమున కెత్తుకొని పోఁబడెను.

(అనిచెప్పి వ్రేలు కరుచుకొనుచున్నాఁడు.)

సుమ—(అపవారించి) కళ్యాణీ! ఇతఁడు చెప్పినమాటలు అసందర్భములుగ నున్నను నితరవైఖరి చూడగ యథార్థ మని తోఁచుచున్నది.

విదూ—(తనలో) అయ్యో. కోపమున మగనిచెప్పులను నులుముబోయిన వీరపతివ్రతచంకనున్నపిల్ల దబాలున క్రింద బడినట్లు ఆకలిచే నీఫలముల నెలుచుదృష్టి నుండగ నీరహస్యము బయలైనది. ఇఁక నిక్కడ నుండఁగూడదు. (ప్రకాశముగా) అమ్మా! నేను రాజుగారియొద్దకుఁ బోవలెను. సెలవిమ్ము.

సుమ—రాజుగారిపుడే పథ్యము పుచ్చుకొన్నారు.

కళ్యా—అమ్మా! భోజనముకూడ నైనది. నేను చూచి వచ్చినాను.

సుమ—నీవు పోయి యాయనను జాగ్రత్తగ పట్టుకొని తీసుకొనిరమ్ము.

కళ్యా—చిత్తము (అని పోవుచున్నది.)

సుమ—విప్రవర్యా! తనయిష్టమున్న కాంతతో తా ననుభవింపక ననవసరముగ నీమనఃఖేదమును నీదేహవ్యాధియు రాజుగారెందులకు పెట్టుకోవలెను.

విదూ—అమ్మా! ఇఁక దాపరికమెందులకు! అతనిలో కొంతమాత్రము ను లేదు. ఆకాంత యీభూలోకములోనే లేదు. మఱి యెచ్చట గూడనున్నట్లు లేదు. ఆమాదిరి ప్రతిమమాత్ర మొక్కటింద్రము నికచ్చేరీలో నున్న దని రాజుగారు నాతో నీమధ్యనే చెప్పినారు. ఆప్రతిమను చూచుకోరికయే ప్రాణసంరక్షణమందు విరక్తిని గలిగించుచున్నది. రాజుగారు కళ్యాణి నానుకొని వచ్చుచున్నారు. ఆహా! ఏనుఁగుయెత్తుబడినదిగదా!

(రాజును కళ్యాణియు ప్రవేశించుచున్నారు.)

సుమ—నాథా! నమస్కారము. మీకు భోజన మేమైన హితవుగ నున్నదా!

పురు—దేవీ

గీ. దుష్టజనునకు నీతి వా ♦ గ్ధోరణివలె
కఠినమానసున కనూన ♦ గానమువలె
విరసజనునకు కవితాని ♦ వేదనంబు
బోలె జ్వరితున కగుఁగాదె ♦ భోజనంబు.

విదూ—అమ్మా! పరస్త్రీని వలచి దానికొఱకుఁ దపించువానికి భార్య యొక్కమందలింపుమాటలవలెనే తాపజ్వరపీడితుఁడైన యీమహారాజునకు భోజన మహితముగనె యుండునుగదా.

సుమ—నాథా! మనకిద్దఱకొకశరీరమే కద.

పురు—సందేహ మేమి?

విదూ—అమ్మా! మీకిద్దఱకు నొకశరీరమే కావున నాయనకు జ్వరము వచ్చుచున్నది. కనుక మీరు లంఘనములను జేయుడు.

సుమ—ఒకదేహమేమైనయెడల మనస్సొక్కటిగనుండవలసినదే కదా.

విదూ—అందులకు సందేహ మేమి?

పురు—దేవీ! న న్ననుమానించుచుంటి వేమి? మన సౌకటియగుటచేత నేదేహములు రెండైన నొక్కటియే యనిపించుకొనుచున్నవి.

గీ. జంటపూవుల నొకకాడ ♦ యంటఁ జేయు
గుత్తి యొక్కటి యనిపించు ♦ కొనును, పేట
లొనర రెండైనను కొలికి ♦ యొకటి గాన
నొక్కముత్యాలహారమై ♦ యొప్పఁగాదె?

విదూ—దేవీ, మహారాజుగారి వ్రేలియుంగరమును జూడుము! బంగారమును మణియును కలసియున్నను నుంగర మొక్కటి యని యనిపించు కొనుట లేదా! (వ్రేలు గఱచుకొనుచున్నాఁడు.)

పురు—(తత్తరముతో నుంగరమును దీసి దాచఁబోయి) ఛీ! బ్రాహ్మణుఁడా! అనవసరమైనమాటలు నీకేల? దేవీ! దేవీ! అతనితో నేమి?

కళ్యా—(అపవారించి) నర్మద యిచ్చినమణియుంగరము దేనైయుండును.

సుమ—(అపవారించి) ఇంకను సందేహ మేమి!

పురు—(తనలో) ఓహో! నర్మదా!

గీ. ఇట్టె వచ్చితి వక్కటా ♦ యిటివి గాని
సతత మిది నాకు కోత నా ♦ సతికి రోత
ఆటకాఁడైనపతిదేవు ♦ లాట చూచి
బోటి యీర్ష్యచే కన్నులఁ ♦ బొడుచుకొనును.

విదూ——(తనలో) బాలవ్యాధి మెరపువలె వచ్చి పోయినను కాల్చుట వలనఁగల్గుమచ్చలు దేహమందు శాశ్వతముగ నిల్చినట్టులీమహా రాజునకు——

సుమ——(అపవారించి) విప్రవర్యా! నాకాంతునివ్రేల నుండవలసినయూ తనియుంగరము గనుపడుటలే దేమి? అది నర్మద కేమహానుభావుఁడిచ్చెనా?

విదూ——చెట్టు కదుపునంతమాత్రముననే నేరేడుపండ్లు రాల్లునట్లు క్రీడ కురాలినట్టు నేమాత్రము మీరు కదిపినను వట్టిలేచినామన స్సునుండి రహస్యము లన్నియును జారిపోవునుగాన——

పురు——(కోపముతో) ఛీ! మూర్ఖా! రహస్యము లని ప్రేలుచుంటివి. రహస్య మేమున్నది?

సుమ——నాథా! రహస్య మేమియును లేదుకదా! రహస్య మేమో యని సంకోచించు చుంటినిసుమా! (రాజునొద్దనున్నయుంగరము బలాత్కారముగ దీసికొనుచున్నది.)

పురు——(తనలో)

గీ. నాద్భుపరభామినీవాంఛ • నాతికిపుడు
బయలుపడియెనిదర్శన • ప్రకటమగుచు
నాదుతప్పిక నెప్పుడో • నంగవలెను
దొంగిలినసొత్తుతోఁ జిక్కు • దొంగవలెను.

సుమ——నాథా! ఎంతప్రశస్తమైనమణిని సంపాదించితిరి!

పురు——(తనలో) నూరుకొని త్రాగుటకుఁదప్ప నాకిం కే జన మేమున్నది? అహా! చిత్రమా! ఎట్లిదా

గీ. నర్మదాక్షోభ మొకవైపు, • నాతి దూ
నేమొ? యనుచింత యొకవైపు • నెవ్వ రాప్తు

రొక్కదిశ, నుండ నుడికెద ♦ వృష్ణకాల
మందు త్రేతాగ్నిమధ్యస్థ ♦ యాజివలెను.

విదూ—(అపవారించి) పడవ నడిపించువాని కీత రాకున్న ప్రయోజన మేమి! కావున నీ విప్పు డవశ్యము బొంకవలెను.

పురు—(అపవారించి) ఏమని?

విదూ—(అపవారించి) ఇంద్రుఁ డీమణి నీకిచ్చె నని!

సుమ—నాథా! ఈమణియే యింతసుందరముగ నున్నది. ఈమణి నీకిచ్చినయామె యెంతసుందరముగ నుండునో?

విదూ—వరాహమింతకంటె మంచిమణుల నిచ్చును.

పురు—(అపవారించి) ఇంద్రుఁ డీమణిని నా కిచ్చె నని బొంకు మంటివా! నేనింద్రలోకమునకుఁ బోకమునుపే నర్మద నీకిచ్చినమణి యుంగర మిచ్చెదవేమో సుమా! అని కళ్యాణి వినునట్లు నీవు నాకు చేసినహితబోధనచేతకదా ఇంత ములిగినది. అయినను,

గీ. ఎప్పుడైనను నర్మద ♦ నేను గలయు
నాశ నాకున్న బొంకంగ ♦ నగును; జీవి
తాశయే లేనిప్రబలరో ♦ గార్తునకును
మందుమాకులతోఁ బని ♦ యెందుఁగలుగు?

సుమ—నాథా. ఈయుంగరమును స్పృశింప నే నర్హురాలను కాను. నీవే తీసికొనుము. (ఇచ్చుచు) నే నొకమాట చెప్పుచున్నాను వినుము. తాము స్వతంత్రులు. తమ కెవ్వరిపైనైన మక్కువ యున్నచో నాకాంతను మీరు స్వేచ్ఛగా ననుభవింపవచ్చును గాని, నే నేమందునోయనుభయము లేశముగాని మీ కవసరము లేదు. అటులభ్యంతరపెట్టుదానను కాను. నాథా! నా మాట విని చింత పెట్టుకొనకవ్యాధిని వృద్ధిపఱుచుకొనక నీమనోభీష్టమును తీర్చుకొనుము.

పురు—దేవీ! నీ వెంతమాత్రమును సంకోచింపఁ బనిలేదు. నేను వలచినకాంత యేలోకంబునఁగూడ లేదు. నీసవతి ఈభూదేవియే తప్ప మఱెవ్వరును లేరు. కావున నీవు పరితపింపవలసినపనిలేదు (ఉస్సురనుచు) జ్వరము తగిలెడువేళ యైనది కాఁబోలు! ముక్కు, చెవులు, నోరు, ఒడలంతయుఁగూడ నాగ్చుకొనిపోవుచున్నది. ఆహాహా, తాప మధిక మగుచున్నది.

సుమ—నాథా! నేను విసరెదను. (విసరుచున్నది) నిద్రమాత్రము రానియ్యకుఁడు. కళ్యాణీ! నీవు నాకాంతునిపాదముల నొత్తుము.

కళ్యా—చిత్తము (అని పాదముల నొత్తుచున్నది.)

సుమ—విప్రవర్యా! నాకాంతుఁడు జ్వరబాధచే తపించుచున్నాఁడు పోయివైద్యునిఁ బిలువుము.

పురు—(వద్దని చేయి యూఁపుచున్నాఁడు.)

విదూ—(చేయిఁబట్టుకొని నాడీపరీక్ష చేయుచున్నాఁడు) అమ్మా! యీదినమునజ్వరము నిన్నటికంటె హెచ్చుగ వచ్చినది.

సుమ—అయ్యో! ఏమిచేయుదము! ఔషధము పుచ్చుకొనుమన్నఁ బుచ్చుకొనకున్నాఁడు. ఈసమయమున నెవ్వరైన మహానుభావులు వచ్చి నాకాంతునికి జ్వరబాధ నివర్తింపఁజేసినయెడల నేను సుఖపడుదునుకదా.

(అంతట పురుషరూపధారిణి యగునర్మద ప్రవేశించుచున్నది.)

నర్మ—ఆహా! ఇప్పటికైన నింద్రునికి నాపై కటాక్షము గలిగినది. నానాథుఁడు తాపజ్వరపీడితుఁడై యున్నాఁడని బృహస్పతి దివ్యదృష్టివలనఁ దెలిసికొని యాతనికి వైద్యముచేయుమిషచే పురుషవేషమున నన్నిచ్చటికి పంపించినాఁడు. దేవవైద్యుఁడననియు, అమృతహస్తనామకుఁడననియు నే నిఁక ప్రకటింపవలసి యున్నది. ఆహా! రాజేంద్రా! తల్లిదండ్రుల, నిష్టభృత్యులను, నివాస

మఱునురగలోకమును గూడ వదలి నీకొఱకే కదా భూలోకమునకు వచ్చితిని. ఆస్థానభ్రష్టత్వము చాలక చిత్రకేతునిచే నీకొఱకే కదా ఇంద్రలోకమున కెత్తుకొనిపోఁబడితిని. ఆయవమానము చాలక, ఇంద్రసూర్యచంద్రాదులదివ్యసభామంటపమున సిగ్గులేక నాటకములో మొండివేషము నీకొఱకే కదా సైచితిని. ఇప్పుడు మఱింతసిగ్గుమాలి పురుషవేషమునుగూడ ధరించి, ఈ రాజద్వారమునొద్ద నీకొఱకే కదా వేచియుంటిని. ఆహా! స్త్రీపై ననురాగము నన్ను మూఁడులోకములఁ ద్రిప్పినదికదా. ఎన్ని వేషములనైన వేయించినదికదా. ముప్పుతిప్పలను బెట్టుచున్నది కదా ఇప్పటికైన నీవు లభించినయెడల నేను పరమధన్యురాలను. వైద్యము చేయు మనుటయే కాని యొక్కఁడునైన నిగ్రహుఁడను నాచేఁ బెట్టినాఁడుకాఁడు. పొమ్మనుటయే చాలని నేను పరుగెత్తుకొని వచ్చితినికాని, మందబుద్ధి నైననాకు ముందుమాటయే జ్ఞాపకమువచ్చినదికాదు. ఏమిచేయుదును! ప్రాణనాథుఁడు సురక్షితముగ నుండునో యేమియు తోఁచకున్నది. ఆహా! దైవమా! శుభసూచకముగ నెడమకన్నదరుచున్నది. ఆర్తరక్షణపరాయణుఁడైననారాయణుండు రక్షింపకపోవునా. హృదయమా! ధైర్యమున నుండుము. ఇంతటనుంచి పురుషలక్షణ మభినయింపవలసియున్నది.

గీ. పడఁతి నేనిటు పురుషరూ ♦ పంబుఁగొంటి
నైనను విరుద్ధ మేమున్న ♦ దవనియందు
పురుషలక్షణములు గల ♦ పొలఁతుకలును
లోన స్త్రీలైనపురుషులు ♦ వేనవేలు.

విదూ—వయస్యా నిద్దుర బోవుచున్నావు.

పురు—సూర్యాస్తమయసమయ మైనది. ఇఁక నిద్రపోయిన నేమి?

సుమ—సఖీ! నేను పాదముల నొత్తుదునునీవు విసరుము.(అట్లుఁజేయు చున్నారు.)

నర్మ—నానాథు డెటులున్నాఁడో! అతని చూచుటకు నేను మిక్కిలి సంభ్రమించుచుంటిని. మందబుద్ధియైనవేషధారి తెరచాటునుం చి యొకసారి పుస్తకమును జూచి మఱి రంగస్థలమునకు వచ్చి నట్లు నేనును, నన్ను భద్రపఱుచుకొనెదను.

సీ. చూచిచూడనియట్టి ♦ చూపులు విడనాడి
నిశ్చలం బగుచూపు ♦ నిలుపవలయు
తెక్కులు, చాటుటల్, ♦ టెక్కులు, పలుబోక;
లును మాని గాంభీర్య ♦ మొనయవలయు
గజయానవైఖరుల్ ♦ గడలకుఁ బోఁద్రోచి,
హర్యక్షయానంబు ♦ నందవలయు
పంచమస్వరపరి ♦ భావిగాత్రము వీడి,
మందరనాదంబు ♦ నొందవలయు.

గీ. సిగ్గు, తలవంపు, బెదరునుఁ ♦ జెనకినిశ్చ
లతయు నున్ముఖత్వంబు, ధీ ♦ రతయు, నేర్వ
వలయుపలుమాటలేల? స్త్రీ ♦ భావములను
వదలి పౌరుషభావముల్ ♦ బడయవలయు.

పురు—సుమతీ! శిరోవ్యథగ నున్నది. నీవు నాతల నొత్తుము.

సుమ—అటులే!

నర్మ—ఇక రాజదర్శనము చేయవలయును. [అటు నిటు నడచి] యుద్ధమునకుఁ బోవుసేనానాయకుఁడు తనసేనాభాగముల కాఖరు మాఱువారివారిచే నిర్వర్తింపఁబడఁదగినపనుల నాజ్ఞాపించురీతిని నేనును నాయవయవముల కొక్కసారి నడుచుక్రమము చెప్పి మఱి పోయెదను.

సీ. అక్షులారా! మీర ♦ లారాజుఁ జూచుచో,
వదనపద్మముమీఁద ♦ వ్రాలవలదు
హస్తంబులారా! మీర ♦ రతనిచేఁ జూచుచో,
పరిరంభవాంఛలఁ ♦ బూరయవలదు
వదనమా! యామహా ♦ ప్రభువరుతోఁ బల్క,
నోష్ఠాళి నువ్విళు ♦ లూరవలదు
గాత్రమా! యారాజు ♦ గాలి సోఁకినమాత్ర,
పులకాంకురాదులఁ ♦ బొందఁబోకు
గీ. మఖిలకరణాళి కధిపతి ♦ వైనమనస!
నీవు నాథుని జూచుచో ♦ నిశ్చలముగఁ
బాపల నన్నియు భద్రమా, ♦ సుపటకీత
బాగుఁగానున్న సర్వంబు ♦ బాగుగాదె.

ఇదుగో! రాజద్వారము, సేవకా!

సే—అయ్యా!

నర్మ—ఇంద్రునియొద్దనుండి వచ్చిననన్ను మీరాజుగారియొద్దకు తీసికొనిపొమ్ము.

సేవ—చిత్తము. మనవిచేసి వచ్చెదను. [అని రాజునొద్దకుఁ బోయి] మహారాజా! ఇంద్రలోకమునుండి యెవరో వచ్చియున్నారు.

పురు—[దద్దిరిపడి] సరి! సరి! ఇట్లుతీసికొనిరమ్ము.

సేవ—[తిరిగివచ్చి] అయ్యా! తాము లోనికి దయచేయవచ్చును.

నర్మ—సరే! [అని రాజునొద్దకు వెళ్ళి నిలుచున్నది.]

పురు—అయ్యా! నమస్కారము. ఇట్లుదయచేయుఁడు.

నర్మ—ఆరోగ్యమస్తు (తనలో) ఆహా! ఎంతవైపరీత్యము! భార్యభర్తకు దీవించవలసివచ్చెను. (ప్రకాశముగా) అయ్యా! మీ రనారో
[illegible] భిమానము

చే దేవవైద్యుఁడ నైననన్ను మీ కారోగ్యమును కలుగఁజేయు
టకొఱకిచ్చటికి పంపించుటచేత వచ్చితిని.

పురు—నే నెవ్వరియొద్ద నౌషధము పుచ్చుకొనఁ దలఁచుకొనలేదు.
మీ రింద్రునియాజ్ఞచే వచ్చితిరి గాన నాలోచింతము.

సుమ—[నర్మదకాళ్లపైఁబడి] అయ్యా! నానాథుని రక్షింపుము.

నర్మ—లెమ్ము లెమ్ము (తనలో) నాసవతి నాకాంతునెదుట నాకాళ్ల
బడ నెడ లుప్పొంగుచున్నదికదా.

సుమ—ఓతమ్ముఁడా!

నర్మ—ఏమి! [తనలో] చెల్లెలా! యనిన యథార్థముగ నుండునుకద.

సుమ—నామంగళసూత్రమునకు భద్రము కలుగఁజేసెదరు కద.

నర్మ—[తనలో] పురుకుత్సునిచేతితో నామెడనుగూడ నొకమంగళసూ
త్రమును కట్టించెదవా? (ప్రకాశముగా) అక్కా! పురుకుత్సరా
జేంద్రునకు శీఘ్రముగ నారోగ్యమును కలిగించెదను.

సుమ—అట్లైన నీ కేదికావలసిన నది యియ్యఁగలదానను.

విదూ—అమ్మా! తొందరపడకుము. ఈవైద్యుని నమ్మవలసినపని లే
దు. వీనివలన ముప్పు కలుగును.

సుమ—ఛీ! ఎందుచేత.

విదూ—వయసుతక్కువవైద్యుని, వయసుమీఱినవారకాంతను నూర
నుండి వెడలఁగొట్టవలసినది కదా.

సుమ—తమ్ముఁడా! నీ వేదికోరిన నది తప్పక యిచ్చెదను.

నర్మ—అక్కా! వైద్యవృత్తి నీచమైనది. కంటికి జోడున్నంతవఱకు
నక్షరములు తాటికాయలవలె నగపడి జోడు దీసినతర్వాత న
లుసులవలె నున్నట్లు తనకుఁగాని తనవారికిఁ గాని రోగ మున్నం
తవఱకు వైద్యుఁడు కొండవలె నగపడి రోగము పోయినపిమ్మ
ట నుసిపురుగువలె నుండును.

సుమ—ఇదిగో! నామంగళసూత్రముతో నేను ప్రమాణము చేయుచున్నాను. నీవు కోరిన దంతయు నిచ్చెదను.

విదూ—అయ్యో! దేవీ! కొంప ముంచుకొంటివా! బక్కపలచగనున్న వైశ్యు నెన్నఁడును నమ్మరాదుగద.

నర్మ—దాన మీయఁబోయినబలిచక్రవర్తి కడ్డుదగిలినశుక్రాచార్యుని వలెనే యుంటివి!

విదూ—భళి! చక్రవర్తిని నడుగఁద్రొక్కుటకువచ్చినమాయావేషధారివేనా!

నర్మ—(తనలో) వీఁడు నన్నానవాలు పెట్టెనుకాఁబోలు!

సుమ—తమ్ముఁడా! వానిమాటల కేమి! లెమ్ము.

నర్మ—అక్కా! ఔషధ మారంభింపవచ్చునా?

సుమ—అవశ్యము నాథా! ఈమహానుభావుఁడుమీ కారోగ్యమును కలుగఁజేయుటకు భగవంతునివలె వచ్చినాఁడు. కావున నాతనివైద్యమున కంగీకరింపుము.

పురు—ఈతఁడు నాకు వ్యాధి కుదర్పఁగలఁ డనితోఁచుచున్నది. ఈతని యొద్ద నౌషధమును పుచ్చుకొనెదను. నీవు ధైర్యమున నుండుము. ఇంతవఱకును నీవు భోజనము చేయకుండుట యొంతమాత్రమును బాగుగనున్నది కాదు. కాన శీఘ్రముగ లోనికిఁ బొమ్ము.

సుమ—నేను పోయెదను. [పోవుచు] తమ్ముఁడా! యెల్లరక్షింతువుగా!

నర్మ—అక్కా! వాగ్దాన మెట్లు చెల్లించుకొందువుగా! [సుమలియు కళ్యాణియును లోనికిఁ బోయిరి.]

విదూ—అయ్యా! తమపేరేమి?

నర్మ—అమృతహస్తుఁడు.

విదూ—(తనలో) తెలివితేట లెటు లుండునో కాని పేరుమాత్రము వి న్నకడుపు చెక్క లగుచున్నది. [ప్రకాశముగా] అయ్యా! తా మెప్పుడైన పెరుగుతోటకూరపులుసు పుచ్చుకున్నారా?

నర్మ—ఇప్పుడు దాని ప్రశంస యేమిటికి.

విదూ—వైద్యులుగాన నడిగితిని. పెరుగుతోటకూరలోనిపెరుగు ఆ వుపెరుగా? గేదెపెరుగా? దానిగుణ మేది? ఈ రెండుసంగతులు ను తెలియవలయును.

నర్మ—వెఱ్ఱివాఁడా! పెరుగుతోటకూర యని పేరున్నంతమాత్రము ననే యందులో పెరుగు గల దని యెంచితివా?

విదూ—ఆలాగునా! అయ్యా! తమయమృతహస్తనామము నట్టిదే కాదుకద.

నర్మ—[తనలో] వీఁడు నన్ను వంచింప నెంచలుపెట్టినాఁడు. నాకా ర్య మెట్లు నిర్వహింపఁగలనో!

పురు—అమృతహస్తా! ఆవావదూకునితో నీకు సంభాషణ మెందుల కు? ఇట్లువచ్చి నాయొద్ద కూర్చుండుము.

(నర్మదరాజునొద్దఁ గూర్చున్నది.)

విదూ—ఈతనిచికిత్సాజ్ఞాన మెట్టిదో తెలిసికొనుటకు కొన్ని ప్రశ్నల నడిగిసదుత్తరముల నొందినతరువాతనీతనివైద్యమున కంగీకరించె దను గాని—

పురు—అనవసర మైనయాలస్యమెందులకు?

విదూ—పశ్చాత్తాపముకంటె శ్రేష్టముగదా.

పురు—కానిమ్ము అడుగుము.

నర్మ—(తనలో) అయ్యో! ఏమి యడుగునోకద.

విదూ—అయ్యా! ప్రపంచమందలిరోగము లెన్ని?

నర్మ—అనంతములుగదా!

విదూ—తప్పు! తప్పు! హాహాహా! (అని నవ్వుచు) పుట్టురోగములు పెట్టురోగము లని రెండే రోగములు. దేహమందు స్వాభావికముగఁ బుట్టెడురోగములు కొన్నియు, పాపాదిదుష్కర్మప్రారబ్ధవశముచే తెచ్చిపెట్టుకొన్నరోగములు కొన్నియు నున్నవి. ఈ రాజుగారిది పుట్టురోగమా పెట్టురోగమా బాగుగ పరిశీలించుటయే కర్తవ్యము.

పురు—వయస్యా! బాగుగఁ జెప్పితివి. అమృతహస్తా! మాట లాడుట కుశక్తి లేదు. నా ప్రారబ్ధ మేమని చెప్పఁగలను? వైద్యులు మీ యొద్ద దాఁచిన వినియోగము లేదు. (ఉస్సురనుచు) అయ్యో! నర్మదా!

నర్మ—(తనలో) నాకాంతుఁ డతిసంభ్రమమున “నర్మదా” యని పిలుచుచుండఁగ నేను సమీపమున నుండియేమియుఁ బలుకకుంటినిగదా. (ప్రకాశముగా) రాజేంద్రా! ఏదియో చెప్పఁబోయి యూరకుంటివిగదా.

పురు—(ఉస్సురనుచు) ఏమున్నది? నర్మదయాకృతిగా నాగొంతుకోసినదని—

నర్మ—(తనలో) అయ్యయ్యో! హృదయమా! మొత్తబడుచుంటివేమో సుమా! సమీపమున నుండు నవయవముల యొక్క కాఠిన్యమును కొంతయైనఁ దీసికొనుము. (ప్రకాశముగా) రాజేంద్రా! నీ వెవ్వరినైన వలచి నిరాశతో నుంటివా?

పురు—అయ్యో! ఒకరిని గాదు. ఇద్దరిని వలచి నిరాశతో నుంటిని.

నర్మ—(తనలో) అయ్యో! ఆ రెండవ దెవతెయో? హృదయమా? తూలిపోవుచుంటి వేమో!

పురు—సీ. నర్మదను నేను వలచితి ♦ నాతి నాదు
భాగ్యహీనతచే వశ ♦ పడక పోవ
తిరిగి మృతిని నే వలచితి ♦ దీనిఁగూడ
వశ్యముగాకుండఁ జేయుంగ ♦ వచ్చి తీవు.

నర్మ—(తనలో)

గీ. రమణుమదిఁ గాంచి యతనిఁజే ♦ రంగనీవు
చిత్తమా పొందె దిత్తరి ♦ తత్తరంబు
గూటనున్నట్టిప్రియుఁ గను ♦ గోంచు గూడు
జేర తెపతెపలాడెడు ♦ చిలుకవలెను.

(ప్రకాశముగా) రాజేంద్రా! నీయవస్థఁజూడ నాకును మిక్కిలి సంతాపకరముగ నున్నది.

విదూ—అయ్యా! భిషగ్వర! రోగికంటె యెక్కువగ సంతాపము నొందుచువైద్యుఁ డుండఁగూడదు. కాన శీఘ్రముగ తా మింక దయచేయుఁడు.

పురు—ఇస్సిరో! వయస్యా! ఊరకుండుము.

గీ. చెవికి హాయిగ సంగీత ♦ సేవ నిచ్చి
చిత్త మానందనీరధిఁ ♦ జేర్చుమృదుల
పరభృతంబును నీ వేల ♦ పారఁదోల
కఠినయత్నుఁడ వైతివి ♦ కాకమల్లు.

అయ్యా! వైద్యశిఖామణీ! ఇంద్రసభామంటపమున నుండునర్మదారూపముగుబంగారపుబొమ్మ యిప్పుడునుగూడ నచ్చటనే యున్నదిగదా.

నర్మ—(తనలో) అయ్యో! ఒడలు జలదరించుచున్నదే! ఏమని చెప్పుదును? (ప్రకాశముగా) నీయెదుట నాప్రతిమ యేలాగున నుండెనో! ఇప్పుడునుగూడ నాలాగుననే యున్న దనుకొనుము.

పురు—తాపజ్వరముతో నున్న నాకుఁ దాపాధిక్య మగునని దీపమును దూరముగ నుంచుకారణమున నీరూపము నాకంటికి బాగుగ నానకున్నను, నీకంఠస్వరమును వినినతోడనే విశేషపరిచిత మగురాగమునుగుర్తుపట్టునట్లు నాకర్ణములు శోభిల్లుచున్నవి. కను

లకుఁగూడ నానందమును గలుగఁ జేయునునుగాక. వయస్యా! పని చెప్పితినని కోపపడక యీదీపము నిటు లుంచుము.

విదూ—(తనలో) రాజు తనరోగమును మఱచినాఁడు. వైద్యుఁడు తనవైద్యమును మఱచినాఁడు. నేను బ్రాహ్మణత్వమును మఱచి సేవకవృత్తినిఁ జేయుచున్నాను. (దీపమునుఁ దీసికొని వచ్చి సమీపమం దుంచినాఁడు.)

నర్మ—(తనలో) ఓచిత్తమా!

గీ. తోడను చీఁకటియును నీవుఁ ♦ దోడుదొంగ
లగుచు నన్గాచితిరి యింక ♦ నయ్యో! యొక్క
దొంగ చిక్కె దీపికచేత ♦ దొరుకుదేమొ
నీవు రాజేంద్రవదనసుం ♦ దీప్తిచేత?

పురు—(నర్మదముఖమువంకఁ దేఱిపాఱఁ జూచి తొందరతో) మిత్రమా! ఆహాహా! అత్యాశ్చర్యకరముగ నున్నది. ఈమహానుభావుని నీవుఁగూడ బాగుగఁబరిశీలించుము.

విదూ—(పరిశీలించి) ఈతనిముఖము మూషివాయణపుముత్తైదువుమొగములాగున నున్నది.

పురు—ఛీ! ప్రేలరి. ఓయమృతహస్తా! నాయిష్టసఖుఁ డేమైన ననందర్భవాక్యములను బలికినచో నీ వాగ్రహపడకు సుమా. వయస్యా! ఇంకొకసారి బుద్ధి కలిగి పరిశీలించుము.

గీ. నర్మదను బోలుపురుషర ♦ త్న మగువీని
ముఖము జూడఁగ నుబ్బుచు ♦ పొరలి మేర
మీఱి పొంగి నాచిత్తము ♦ మించు; పూర్ణ
శీతకరుఁ జూచునంభోధి ♦ రీతిఁగాఁగ.

నర్మ—(తనలో) చిత్తమా! తొందరపడకు.

గీ. సంభ్రమము గప్పిపెట్టుచు ♦ శాంతముగను
సౌఖ్యమొందుటయు దూరపడ ♦ సౌఖ్యభంగ
మగునట్లు చేసితీర్తువు నాతఁ ♦ డతిరయమునఁ
బాన మొసఁగింపఁజూచెఁ బార ♦ జూరుఁ గాదె?

పురు—వయస్యా! ఈమహారణ్యమున పెరుగుచున్న మహోత్తమమూర్తులను నానర్మదను బోలియున్నట్లుదలంచుచున్నాను.

గీ. మోహమునకైనఁ ధరి యుల్లసేఁ ♦ బుడితప్రేళ్ళ
తీరు సదృశ్యమై ; ఓష్ఠముల ♦ సొంపు సదియె;
మగతనము వచ్చు యుత్సాంతి ♦ నగదుచేసె
మంచుబడి పోటుచేయుప ♦ ద్మమువలెనె.

విదూ—నే నిప్పుడు బాగుగఁ బరీక్షించితిని, ఇతఁడు పూచకమ్మవలె నున్నాఁడు. ఈయువిదారము జారుగాను గావున వీని నిచ్చట నుండి యిప్పుడే వెడలఁగొట్టవలెను.

పురు—అప్రియవాస్తా! వానిమాటలతో నేమి. కొంతమోడ్పాటుమున నే నే మైనను ప్రియవాక్యములను బలికినచో క్షమింపవలయునుసుమా! నీవు నర్మదకు సోదరుఁడవు కావుగద.

నర్మ—నర్మద యెవరో, దానిసోదరుఁ డెవఁడో, అదియెచట నున్నదో, కూడ నేనెఱుఁగకున్నవాఁడను. కానిమ్ము! రాజేంద్రా! అనవసరమైన సంభాషణములతో పనియేమి. నీచేతి నిట్లు తెమ్ము.

పురు—(చేతినిచ్చుచు)

గీ. నాదుదక్షిణహస్తంబు ♦ నర్మదాకు
భాంగి కొసగంగఁబడియె నో ♦ యపూర్వవైద్య!
నీవునర్మదరూపున ♦ నివ్వటిలుట
నీకు నిచ్చెద నొకసారి ♦ నెమ్మినిదిగో!

విదూ—(ఆహాహాయని నవ్వుచు) ఆమెకరము నీ కియ్యఁబడినదా? నీక రమామె కియ్యఁబడినదా? ఎంత యవశుఁడ వైతివి.

నర్మ—(నాడీపరీక్ష చేయుచు) (తనలో)

గీ. నాదుమదికంటె వేగ మీ ♦ నాడి కొట్టు
కొనుటలే; దైన స్వాతంత్ర్య ♦ మున నితండు
ప్రాస మొదెను; నే నాడు ♦ దానవింద్రు
కట్ల నుంట తాపం బరి ♦ కట్టవలసె.

రాజేంద్రా! ఇప్పుడు నీ కెట్టులున్నది?

విదూ—ఎట్లుండుటకును నీవు చేసినప్రయోజకత్వ మేమి?

పురు—గీ. ఈవు చేఁజూడ నెకలెల్ల ♦ నేదొ ఝల్లు
ఝల్లుమనుచును గ్రమ్మెను ♦ చల్లగాను
వ్రేళ్ళపైఁబెట్టి కదుపగ ♦ ఘల్లుమనుచు
వేగ ధ్వనియించుసంగీత ♦ పేటివలెను.

విదూ—ఆహాహా! రాజేంద్ర! అంజనవుముగ్గున గూర్చున్నవానివలె మిక్కిలి స్వతంత్రబుద్ధితో మాట లాడుచున్నావు!

పురు—అమృతహస్తనామము సార్థక మైనది. అయ్యా! కరుణించి యింక నొకసారి చేయిజూడుము.

నర్మ—నాడిని గ్రహించితిని; యిఁక నవసరము లేదు.

పురు—గీ. కరమునను బాధ యేదియు ♦ గలుగలేదు
ఉన్నబాధలు వక్షమం ♦ దున్నవయ్యా!
అచటఁగూడను నీచేతు ♦ లలమి తాప
శాంతిఁజేయంగ నిఁక నవ ♦ సరము గలదు.

విదూ—చిల్లిపడినకుండలోనుంచి నీరు ప్రాకిఁపోవునటులు నీజ్ఞానము నశించుచున్నదినుమా!

నర్మ—[తనలో]

గీ. ప్రేమచేఁబూర్ణమైనట్టి ♦ వెలఁదిమనసు
వెలువరింపకయుండంగ ♦ గలుగు నెటులు?
గట్టునను నీరునిరుగఁగఁ ♦ గొరలుకనుల
వెల్లిగొనకుండ నిలుపుట ♦ కల్లగాదె?

ఈయనురాగవికారమును నే నింక మఱుగుపెట్ట సమర్థురాలను గాను. ఆహా! భగవంతుఁడా! నాకాంతుఁడు నన్నుశీఘ్రముగ గుర్తు పెట్టునట్లు కటాక్షింపుము. కానిమ్ము. ఇటులకొంత సాహసింతును. [ప్రకాశముగా] రాజేంద్రా! నీయిష్టసఖుఁడు చెప్పినట్లు యిది పెట్టురోగమే. దీని కౌషధములు లేవు. మంత్రములవలననే యీవ్యాధిని సాధించవలసి యున్నది. నేను నీతొడపైఁ గూర్చుండి నీమెడపై చేయివైచి యొకపావుగడియసేపు జపము చేయవలసి యున్నది. అదినీకంగీకారమేనా?

పురు—(పెద్దనవ్వునవ్వుచు) ఎంతవెఱ్ఱివాడవు. అందులకు నే నంగీకరించకపోదునా! ఏదీ! ఇట్లుశీఘ్రముగరమ్ము.

(అని తన తొడపైఁ గూర్చుండబెట్టుకొనుచున్నాఁడు)

(నర్మద జపముచేయుట నభినయించుచున్నది.)

పురు—(తనలో)

ఆ. ఉరగలోకమందు ♦ నువిద నాతొడపైని
నెనసియున్నయప్పు ♦ డిట్టిసుఖమె
పొందినాఁడఁ గానఁ ♦ బురుషుఁ డీతఁడు గాఁడు
కోర్కెలిచ్చునాదు ♦ కొమ్మ యేమొ?

(తనలో) అయ్యయ్యో! ఈనిర్భాగ్యున కంతయదృష్టమా! ఓ యమృతహస్తా!

గీ. పడఁతి వీనైన నేసుఖ ♦ పడుదు; నేను
కాంతనైనను నీతోర ♦ మింతు; నటులు

నోచలేదయ్యొ హా కృప ♦ ణుండగు రాజు
నెలమి నిర్భాగ్యకవి యాశ్ర ♦ యుంచునటులు.

విదూ—ధాన్యప్రపాతరపై మొలచినకుక్కగొడుగువలె నితఁడు నీకో
డపైరున్నాఁడుకద. వయస్యా! యెంతపరాధీనుఁడ వయితివి!

నర్మ—(లేచి) రాజేంద్ర! నాజప మైనది. నీకెట్టులున్నది.

పురు—నా కేమియుజబ్బు లేదు. అత్యంతసుఖవంతుఁడనై యున్నాను.

గీ. భవ్యభవదీయగాత్రసం ♦ స్పర్శనమున
తాపహృతి కాక సౌఖ్యవ ♦ ర్ధనము నయ్యె
పూర్ణశశికరసంస్పర్శ ♦ మున చకోర
మునకు నత్యంతసంతోష ♦ మొసగినటులు.

నర్మ—నీకు సుఖముగ నున్నది కావున నే నిఁక పోయెదను.

పురు—(నర్మదయొక్క రెండుచేతులను పట్టుకొని) అయ్యో! అయ్యో!
నన్ను విడిచి పోయెదవా?

గీ. నర్మదను గాంచుభాగ్యంబు ♦ నాకు లేదు
నాదుపాలిటి కీవైతి ♦ నర్మదగను
రాష్ట్రమిఁక నీదె నీవె నా ♦ రాజ వైతి
వుండు మిచ్చట నిన్గొల్చు ♦ చుందు నేను.

విదూ—నీరాష్ట్రముతో నీతని కేమిపనియున్నది? ఈతనికనువగు రాష్ట్ర
ము నే నిచ్చెదను.

పురు—వయస్యా! రాష్ట్రమునిచ్చునంతవాఁడవా?

విదూ—ఒకటికాదు. రెండు. దుంపరాష్ట్రము, కళింగరాష్ట్రము.

పురు—చాలు. అయ్యో! (నర్మదవంకదిరిగి) నారాజ్యమును నీవంగీకరిం
పవలయును.

విదూ—వయస్య! అయ్యయ్యో! ఎవఁడో మంత్రకానికి ప్రార్వాజితమై
ననీరాజ్యము లర్పణచేయఁ దలఁచితివా! ఆహాహా! ఎంత మతి

మాలినవాఁడ వయితివి! మోహావేశముచే నాఁడుదాని కిచ్చిన నింతనగుబాటు లేదుకద. అయ్యయ్యో! మగవానికి వలచి యీప్రయోజకత్వమును చేయుచుంటివా! అమృతహస్తా! నేను చెప్పుచుంటిని. నీవు మాంత్రికుఁడవు. రాజా! నీవు మొదటే రాజ్యమత్తుఁడవు. తరువాత మోహపీడితుఁడవు. తత్కారణమున జ్ఞానశూన్యుఁడవు. అందుపైని ప్రజ్వరార్తుఁడవు. మీఁదిమిక్కిలి నీతని మంత్రములుకూడ నీతల కెక్కినవి. ఈసమయమునఁ జేసిన వాగ్దానము వాగ్దానముగాదు. ఇచ్చునీవి యీవికాదు. జాగ్రత? జాగ్రత్త. ముందేచెప్పుచుంటిని.

పురు—(కోపముతో) వయస్యా? నీకునోరుమూఁతపడదుకద.

విదూ—నన్ను తిరస్కరించుచుంటివా? నీకు నేను జతువను. పూర్వార్జితమైనరాజ్యము నీటగలసిపోవుచుండ నే నూరకుందుననుకొంటివా? మతి యున్నవానికి నోరు మూఁతపడనిన ష్టము లేదు. మతి పోఁదలఁచినవానికి మతికంటె నోరే ముందు పోయినయెడల మానధనప్రాణోపద్రవకరముయినప్రలాపములు పలుకుట తప్పదుకద!

నర్మ—నాకు నీరాజ్యముతో పని యేమి? నీతో పనియుండియే వచ్చితిని. నీవేసర్వమును పరిపాలించుకొనుము.

పురు—అట్లుకాదు. నారాజ్యమును నీవు స్వీకరింపక తప్పదు. నీకు నేను సేవకుఁడ నగుదును.

విదూ—అయ్యో! నాప్రారబ్ధము! నాకుదాసానుదాసత్వము కూడనా.

పురు—సీ. పద్మబాంధుఁడు మొదలు మా ♦ వంశమునకు
నేనె మావంశమునకంత ♦ మైనవాఁడ
రవికులము నేటితో సరి ♦ రాజ్య మిదిగో
గైకొనుము నాకిరీటాది ♦ కంబుతోడ.

(అని నర్మదతలపై నున్నపాగ దీసి కిరీటము బెట్టిపోవుచు) ఆ

హా! ఆహాహా! ఏమిది! ఆహాహా! ఏమి నర్మదా! [illegible]?

గీ. మున్ను మూర్ధము ముద్దిడ ♦ నన్ను నేనె
ముద్దుగొనునట్లు గనఁబడె ♦ „ముదిత! యేమి?,!
యనిన„మాజాతివారికి ♦ మహిళి రంబు
నందు వెలుగొందు„నని చెప్పి ♦ తప్పుకు నీవు.

గీ. అదిగో! మణి; నేను ముద్దుగొ ♦ న్నదియె యిచట
పాపటకు చిట్టచివరను ♦ ప్రతిభగాంచు
గాఢమోహంబునను దారి ♦ గాంచి యొక్క
దరిని జేరినాదుచిత్తంబు ♦ కరణి.

(అనిగాఢముగ గాఁగిలించుకొని) ఆహా! నీవునర్మదవే (తొందర తో నర్మదయొక్క కుడిచేతిని తనకుడిచేత బట్టుకొని) ఇదిగో నే నిచ్చినమణియుంగరము. ఆహా! నర్మద! నీమణియుంగర మిదు గో. నీచిటికెనవ్రేలును నాచిటికెనవ్రేలు నొక్కటిగ దగ్గర నుంచుము.

గీ. కరము కరమును జేర్ప నుం ♦ గరము లిచట
దనరు కర్కటలగ్నజా ♦ తకుఁడనైన
నాకు గురుశుక్రు లిద్దఱ ♦ నారతంబు.
భాగ్యకోణంబునను జేరు ♦ భంగిఁగాఁగ.

—గురుఁడు షష్ఠాధిపతి గనుక కొంచెము కలహము గలుగు నని తలఁచెదను.

—ఆహా! ప్రాణేశ్వరీ! నేను మహాదృష్టవంతుడను కద. ఇంక కొం చెమవశిష్ట మున్నది.

గీ. అంగి పాటకరింపఁగ నుబ్బి ♦ తొంగిచూచు
వీనిగానంగ నాకనుల్ ♦ వేచియుండు

కంజముకుళంబులను నాఁచు ♦ గ్రమ్మఁ గానఁ
బడక ఝుమ్మని విలపించు ♦ భ్రమరములన.

(అని బలవంతముగా నర్మదపై నంగి తీసివేసినాఁడు.)

(నర్మద సిగ్గున నిలుచున్నది.)

విదూ—ఆహా! వయస్య! కాటుకకన్నులవాఁడ వదృష్టవంతుఁడవు. ఎట్లగ వేసినబూరె నెలువగ లోపల తియ్యనిపూరణ మగపడిన ట్లు నీకవచమును తీసినవెంటనే యీసుందరవిగ్రహ మగపడినది.

పురు—గీ. ధన్యతను జెందినాఁడనో ♦ తరుణి! నిన్ను
మొదటఁగోల్పోయి యిప్పుడు స ♦ మ్మోద మెదను
దనరుగాంచుటచేత సు ♦ ధాకలశముఁ
దిరిగి గ్రహియించు నలసున ♦ నరునికరణి.

నర్మ—నాథా! నాకు భయము నైచుచున్నది.

విదూ—అమ్మా! ఇంకను భయ మెందులకు? (అని నవ్వుచున్నాఁడు)

పురు—ఆహా! తిరిగి యెవఁడైన గ్రహించుకొనిపోవునని భయపడుచుంటివా?

గీ. గట్టిగను గాఁగిలించితి ♦ కాంత! మోద
వార్ధి మునిగితి మొకరి లే ♦ వంగ నెత్తి
వలనుపడ దిన్నచ్ఛిగ్రహింప ♦ వలెను గాని
గేలమున నెత్తుత్రాడుబా ♦ క్కెనయుబోలె.

విదూ—అమ్మా! ఎలుకనుబట్టి పిల్లి యటుకమీఁదకు పారిపోవునట్లు నిన్నుగ్రహించి పైకి తీసికొనినవాఁ డెవఁడు?

నర్మ—నాథా! ఇంద్రునియాజ్ఞచే చిత్రకేతుఁడనునాసోదరసమానుఁడు.

పురు—ఆలాగునా? ఇంద్రసభామంటపంబున నేను నిన్ను చూచియే ప్రతిమ యని భ్రమించితినా?

నర్మ—అవును. నాయెడల నీమోహ మెట్టిదో తెలిసికొనుట కావి చిత్రనాటకమునకు మి మ్మింద్రుఁడు పిలిపించినాఁడు. నీవు నాకొఱ కెంతవిలపించిన నేనింద్రునియాజ్ఞాబంధమున నుండుటచే—

పురు—ఆహా!

గీ. చిత్రమును నిన్ను నిన్నును ♦ చిత్రభంగి
నున్న నిన్నును మగరూపుఁ ♦ గన్న నిన్ను
నన్నిమాఱులు గని భాగ్య ♦ హైన్యమునను
పోల్చ లేకుంటి నిప్పుడు ♦ బుద్ధి లేమిఁ
బ్రాఁతచదువులె క్రొత్తలై ♦ బఱఁగుఁ గాదె.

విదూ—నీవు గ్రహించలేకపోయితివిగాని నేను వెంటనే గ్రహించినాను.

పురు—(నవ్వుచు) ఎటులు?

విదూ—దేవతలకు రెప్ప లుండవుకాదా.

పురు—(నవ్వుచు) ఉండకపోవుట కాదు. తెప్పపాటు లేదు.

విదూ—అదే. అదే. ఈదొంగవైద్యుఁడు దొంగరోగి వయిననీతోడ పైఁగూర్చుండి కనులు మూసికొని దొంగజపము చేయుచుండ నేనుదొంగచూపులఁ జూచి యితఁడు దొంగపురుషుఁ డనుకొంటిని. ఏమీ! ఆసంగతి నీతో చెప్పఁబోవ యత్నించుచుండ నీ పెద్దకలకలముతో నాకన్నులు మూసికొనిపోయినవి. రాజా! ఎంతమాత్రమైన నెవరికైనఁ దోచ నిచ్చితివా! నన్నేమైనఁ జెప్పనిచ్చితివా! పత్తిరాట్నముముందు బంగారుపిచుకపలుకు యేమి వినఁబడును?

పురు—దేవి! నేను యథార్థముగ చెప్పుచున్నాను. నాకొక్కటే ధైర్యము.

గీ. పురుషగతినుండ నాకనుల్ ♦ పోల్చకున్న
సహజముగ నాదుమది నిన్ను ♦ సరగ నెఱుఁగ

కున్నగాటంపుమబ్బులో ♦ నున్న మిత్రు
దారి కనిపెట్టునూర్యకాం ♦ తంబుభంగి.

విదూ—వంట యైనపిమ్మట పొయ్యి విశేషముగ మండినభంగిని యదృష్టమున సఫలుఁడ వయిననీబుద్ధియిప్పుడు మిక్కిలి ప్రకాశించుచున్న దే.

పురు—(నవ్వుచు) ఛీ! వయస్యా! సిగ్గు లేక నన్నాక్షేపించు చుంటివా! నేనుపురుషుని వలచితి నని నాకు మతి పోయినదనియు, నితని మంత్రములునాతల కెక్కెననియు గింజుకొంటివిజ్ఞాపకము లేదా? నాయంతఃకరణము పరిశుద్ధమైనదో నీయంతఃకరణము పరిశుద్ధమైనదో కనిపెట్టితివా.

విదూ—నేను వద్దువద్దని చెప్పుచుండఁగా రాజ్య మితనికి గాదు. ఈమెకిచ్చెదనని గంతులువయిచితివే! ఏదీ! ఇయ్యగలిగితివా! ఎవరియంతఃకరణపారిశుద్ధ్య మిందుగనుపడుచునేయున్న ది. రాజా! పెండ్లి భోజనము దొరికినబ్రాహ్మణునిముఖమువలె నీముఖ మీాదినము నవింతగ ప్రకాశించుచున్నది. రాజా! నాసంతోషమును పట్ట లేకున్నాను. (గంతులు వైచుచు నవ్వుచున్నాఁడు.)
ఓరాజా! ఓదేవి! ఓదేవీ! ఓరాజా! అని కేకలు వేయుచున్నాఁడు. (అప్పుడు సుమతి ప్రవేశించుచున్నది)

సుమ—(తొట్రుపాటుతో రాజునుకౌఁగిలించుకొని) ఎందులకు ఎందులకు రాజా! ఎటులుంటివి? (రాజును విదూషకుఁడును సంభ్రమపడుచున్నారు.]

నర్మ—అక్కా! పురుకుత్సున కారోగ్యమును కలుగఁజేసినయెడల నేను కోరిన దంత యిచ్చెద నని మంగళసూత్రముతో వాగ్దానము చేసితివి. నీకాంతునకు సంపూర్ణమైన యారోగ్య మిచ్చితిని. నేను కోరున దేమనఁగా నీకాంతుని నాకీయుము.

విదూ—అయ్యో! దేవీ! ఒక్కపలుచనివానికి పైనయొక్కమోస్తరు లోపల నొకమోస్తరు నని నేచెప్పినమాట వినకపోయితివి.

సుమ—(నర్మదవంక మెల్లబారజూచి) ఛీ! అవతలకు పొమ్ము. నీ వెవ తెవు? అమృతహస్తున కిచ్చెదగాని నీకిచ్చెదనంటినా?

పురు—ఆ. అమృతహస్తుఁ డిఁడియె ♦ యమృతాధరయు నిదె
నేను వలచినట్లు ♦ నీకు నితఁడు
చెప్పపొలతి యిఁవియె ♦ యిప్పు డీవిచ్చిన,
నియ్యకున్న, దీని ♦ కే నిజంబు.

సుమ—రాజా! నీకు నిశ్చయముగ నారోగ్యముగ నున్నదా!

పురు—నే నబద్ధ మెటు లాడఁగలను! ఇంతయారోగ్యస్థితి నాజన్మములో నే నెఱుఁగను.

సుమ—రాజా! నిన్ను నేనిచ్చుటకు నా కేమియధికార మున్నది నర్మదా! ఈరాజు నా చేత నొకరి కియ్యఁబడునంతయస్వాతంత్ర్యము గలవాఁడనని యాతఁడు చెప్పినచో నీ వతనిని దీసికొనవచ్చును.

పురు—(తల వంచుకొని నవ్వుచు మాటలాడ కూరకుండెను.)

నర్మ—రాజా! ఎందులకింతదీర్ఘాలోచన. చేయుచుంటివి! మాట లాడవేల?

సుమ—మహాచక్రవర్తివి. సర్వస్వతంత్రుఁడవు. ఆలోచించి మఱి మాటలాడుము.

పురు—(నవ్వుచు)

ఆ. ఏకకాంత యుండ ♦ నే నస్వతంత్రుండ
నిద్దఱుండ వేఱె ♦ యెన్న నేల?
నొక్కచిలుక వ్రాల ♦ నొగి జోగుజొన్నవె
న్నునను జోడువ్రాలు ♦ ననువుగాఁగ.

సుమ—ఇంత యస్వతంత్రుండ వైననీమోము జూడరాదు. ఈమెను పురుషవేషమున నీవే తీసుకొనివచ్చి నన్ను వంచించితివి. (అని కోపమునఁ బోవుచున్నది.)

పురు—[ఆమె రెండుచేతులను బట్టుకొని] అయ్యయ్యో! నేనేకర్మమెఱుఁగను. దేవీ! నిష్కారణము కోపపడకుము నన్ను కటాక్షింపుము.

నర్మ—నాథా! నీభార్య నిన్ను నాకిచ్చినది. ఇఁక నీ వటు పోవలదు. ఇటు రమ్ము. (అని చేయిపట్టుకొని లాగుచున్నది.)

పురు—(గడ్డముపట్టుకొని) నర్మదా! ఒక్కనిమిషము తాళుము. సుమతీ! నేను నిర్దోషిని. నన్ను కటాక్షింపుము.

విదూ—(తనలో) జాగిలపుంజోటిమధ్య నడచిపంది చిక్కినట్లున్నది కదా (ప్రకాశముగా) అమ్మా! సుమతీ! ధర్మశాస్త్రనిపుణుఁడనైన నేనొకసంగతిఁ జెప్పఁబోవుచున్నాను. విను అజ్ఞతచేఁ జేయఁబడిన వాగ్దానము నెఱవేర్పఁదగినది కాదు. ఈనైగ్యాని నర్మదగా నెఱుఁగక నీవుచేసినఖరారు చెల్లఁదగినది కాదు. ఈవ్యవహారము న్యాయసభకెక్కవలసినదై యున్నది. కాని న్యాయాధిపతియైనరాజు ప్రతివాదికి పాక్షికుఁడు. ఈతగవు నాయొద్దకు వచ్చినయెడల—

పురు—ఛీ! ఊరకొమ్ము.

విదూ(నవ్వుచు) లోకువ నేనే కద.

పురు—(గడ్డముపట్టుకొని) సుమతీ! నేనుచెప్పినట్లు వినుము. నామర్యాదను గాపాడుము, నర్మదా! నీవు కోపపడకుము.

గీ. ఇంతి! నీసొత్తు కేవల ♦ మేను గాను
సుమతికేవలమును నీదు ♦ సొమ్ముగాను.

విదూ—(నవ్వుచు) రాజా చెప్పకపోయితివి! తృతీయపంథను ద్రొక్కుచుంటివా?

పురు— వరుస మీఁదిద్దఱును నన్ను ♦ పంచుకొనుఁడు
లలిని ప్రాక్పశ్చిమాద్రిగో ♦ ళములు వరుస
తరణికాంతిని గ్రహియించు ♦ దారిగాఁగ.

సుమతీ! నీకిష్టమేనా, ఓయురగలోకవాస్తవ్యా! ఇటురమ్మి
టురమ్ము. నీకును సమ్మతమేకదా!

[అంతట నురగ లోకాధిపతి యగు మందారుఁడు ప్రవేశించుఁ
న్నాఁడు.]

గీ. ఒక్కఁగానొక్కకూఁతురు ♦ ముక్కుపచ్చ
లైన నారనికన్నెక ♦ నేను కనుల
కఱవుదీరఁగఁ గాంచి సు ♦ ఖంబుఁ బడయ
మాయమై పోయె నేమందు ♦ మాయవిధిని.

ఆ. ఉరగలోకమెల్లఁ ♦ బొరిపొరి గాలించి
దానిఁ జూడ లేక ♦ ధరణిఁ జేరి
యుంటి నిటను లేక ♦ యున్న స్వర్గమె నాకు
దిక్కు గాని యేమి ♦ దిక్కు గలదు?

ఆ. కాని యొక్కగాలి ♦ కబురు నా చెవిఁ బడె
చక్రవర్తియింట ♦ చాన గలద
టంచు వానిభార్య ♦ యగుటకు వచ్చెనో?
కాక యున్న నేమి ♦ కారణంబు?

ఆ. పంపువంటికులము ♦ భస్మమై పోవఁగ
సిగ్గువిడిచి మగనిఁ ♦ జెందఁ గోరి
యూరనూరఁ గాక ♦ నొగి లోకముల నెల్ల
దిమ్మరిల్లుచుండె ♦ బమ్మవాఁత.

ఆ. మల్లెపూలదండ ♦ మర్కటగళమున
దెబ్బలంతు ననుచు ♦ నింతజాడ్య

మేను జేయవలసె ♦ దానికి నెనయైన
వరుఁడు వెదుక వెదుక ♦ దొరుకకుంట.

ఆ. ఎదిగినట్టిబిడ్డ ♦ యింటనుండగఁ గొంచె
మటును నిటును గలుగు ♦ వటువుఁ జూచి
త్వరగ ముడినిబెట్టి ♦ వారిఁ గూర్పనియట్టి
కుమతి ముక్కు చెవులుఁ ♦ గోయవలయు.

ఆ. మాకు సంతు లేదు మా ♦ కర్మ మని కుళ్ళి
మూల్గుచుండ్రు పుట్టి ♦ మురిగినటులు
పిల్ల లున్న నేమి ♦ యిల్లుఁ గూల్చెడువారు
చేటుఁ బఱుట కడుపు ♦ చేటు గాదె.

దైవమా! ఏమి చేయవచ్చును. ప్రారబ్ధ మనుభవించక తీఱునా ఈచక్రవర్తియొక్క మందిరమునకు పోయెదను. ఆహా!

ఆ. అతఁడు నేనుసముల ♦ మైననాతనియింటి
కేను బిలువకుండ ♦ నేగుచుంటి
పిల్లకొఱకుఁగాదె ♦ వెత లిన్ని బడనయ్యె
కడుపువంటితీపి ♦ కలదె యొకటి?

ఇదిగో రాజమందిరము. ద్వారరక్షకా!

సేవ—అయ్యా!

మాందా—మీరాజును జూడ మఱియొక రాజు వచ్చె నని చెప్పుము.

సేవ—చిత్తము. (అని యామాటలనే చెప్పుచున్నాడు.)

పురు—ఏమీ! మీరాజునుచూడ మఱియొక రాజు వచ్చె నని చెప్పెనా! నాకధీనులైనభూలోక రాజన్యులలో నెవ్వఁడు నింతగర్వించినవాఁడు లేఁడే! ఏమీ! ఏరాజయ్యుండును? వచ్చుట యిష్టగోష్ఠికా? యుద్ధమునకా? ఎవరైన నేమి? ఎందులకైన నేమి? తీసుకొనిరమ్ము.

సేవ—(వచ్చి) అయ్యా! తాము లోనికి రావచ్చును.

(మందారుఁడు లోనికిప్రవేశించెను.)

నర్మ—(పరుగెత్తుకొని వచ్చి కాళ్ళపైఁ బడి) తండ్రీ! క్షమింపుము! తండ్రీ! కటాక్షింపుము!

మందా—ఛీ! దుర్మార్గురాల!

ఆ. తండ్రి చచ్చె ననుచు ♦ దలఁచితివే! నీవు
భయము లేకసిగ్గు ♦ బారదోలి
మగనికొఱకు నీవె ♦ మహియెల్ల దిరిగెదు
కాలుగాలుపిల్లి ♦ కరణిగాఁగ.

ఛీ! దుష్టవర్తనురాలా! నావెంటరమ్ము (అని నర్మదను బలాత్కారముగా చేయి బట్టుకొని తీసుకొనిపోఁబోఁగా.)

పురు—(అదరిపడి కత్తి చేతబూని) ఓహో! ఇతఁడు నామామ కాఁబోలును! అయిననేమి!

క. ప్రాణము బోయినపోనీ
మానిని దక్కించుకొనెద ♦ మరి శూరుఁడిలన్
ప్రాణము పోయిన పోనీ
మానము దక్కించుకొనిన ♦ మాడ్కిన్ వేడ్కన్.

ఛీ! మూర్ఖుఁడా.

ఆ. కత్తివ్రేటు దినెదో? ♦ కాంతను విడిచెదో?
మామ వగుట రెండు ♦ మార్గములను
జూపినాఁడ గాని ♦ చూపుతో నాకత్తి
యెఱ్ఱబారవలయు ♦ నిట్టితరిని.

మందా—ఛీ! చోరుఁడా! ఛీ! మాంత్రికుఁడా!

ఆ. మాయమంత్రములను ♦ మాబిడ్డ నురగలో
కంబునుండి లాగ ♦ గలిగితివిర

ఐంద్రజాలి కేంద్రుఁ ♦ డవనిలో నున్నట్టి
ధనపుఁ బ్రాంతుఁ బైకిఁ ♦ దార్చుకరణి.

గీ. మించుకన్నెల సిగ్గు హా ♦ రించుటకునె
బ్రహ్మ యీరాజ్యమును నీదు ♦ పాలు జేసె?
పండ్లఁ జిని పూలఁ దాల్చుచుఁ ♦ బ్రబలుటకునె
వనము కాపరియైనట్టి ♦ వాసికొలువు?

గీ. నీవు నాకూఁతు హరియింప ♦ నేను దాని
గొంచుపోవుట తప్పుగ ♦ నెంచితివిర!
దొరనుమించిన యధికారి ♦ దొంగఁ జేసి
యిట్టులే గ్రుడ్డిగా రాజ్య ♦ మేలుచుండెు?

ఛీ మూర్ఖుఁడా! నేనునాకూఁతును విడువను. చేతనైనయెడల యుద్ధమునకు రమ్ము.

పురు—అవశ్య మిదిగో వచ్చెదను. వయస్యా! ధనుర్బాణముల నిటు దెమ్ము. సేవకా! కవచమునుగూడ శీఘ్రమున నాయత్తపఱుపుము.

మందా—ఇదిగో నేనును గూడ యుద్ధమునకు సిద్ధపఱుచుకొనుచున్నాను. అవశ్యము తగుస్థలము చూచి యిప్పుడే యుద్ధ మారంభించెదము.

సుమ—నాథా! యుద్ధమెందులకు శాంతింపుము.

పురు—(కోపముతో) నేను బ్రతికియుండుట నీ కిష్టము లేదా!

నర్మ—తండ్రీ! కత్తిదూయ నేల కటాక్షింపుము.

మందా—ఛీ! పాంసులా! నోరు మూసికొని నీ వచ్చట దూరమున కొంతసేపు కూర్చుండుము.

నర్మ—(కొంచెము దూరముగ పోయి తనలో)
ఆహా భగవంతుఁడా! ఇప్పటికైన నన్ను గట్టెక్కనియ్యక పోదు

తివా? ముందునుయ్యి, వెనుకగొయ్యి, మధ్యనన్నుంచితివా?
ఒకవైపున తండ్రి, యొకవైపున పెనిమిటి. ఎవరిమాటవిందును?
ఎవరిమాట వినకపోదును? ఇద్దఱు నొకరిపై నొకరు నాకొఱకు
కత్తులను దూసుకొననున్నారు. ఓతండ్రీ! అనేకతపములను జేసి
నన్ను గాంచి పదునాలుగేఁడు లల్లారుముద్దుగఁ బెంచిననీవు
బహుకష్టములఁ బడి మూఁడులోకములు దిరిగి యేడ్చి యేడ్చి
మహాచక్రవర్తిశిఖామణిని చెట్టఁబట్టి వానిప్రక్క నుండఁగ నన్ను
బలాత్కారముగ నూడఁబెరికి యిట్లు నాగొంతుఁ గోసెదవా?
విశ్వామిత్రశాపమువలన దపించి యధోలోకమునఁ బడినన్ను
గాంచి ప్రేమించి నాకొఱకు కంటికిమంటి శోకధారగ నేడ్చి
దుఃఖభారమున రోగపడి చివరకు నన్నుఁ గాంచుటకు ఫలము;
ఓనాథా! ఓమహాచక్రవర్తి! నాతండ్రియు నీమామయు నైన
యీవృద్ధమహారాజుయొక్క రక్తమున నీయొక్క వస్త్రములను
దడుపుకొనుటయేనా? అయ్యయ్యో! మీయిద్దఱిరక్తమును నా
పెండ్లికాలమందు వసంతోత్సవ మగునా? నాథా! అల్లుఁడు మా
మను నమస్కరింపవలెగాని కత్తినిబొడుచునా. ఓతండ్రీ !నీకత్తి
వ్రేటులా నీయల్లునికిదీవెనలు? ఓనాథా నాజన్మమునకు కారణ
మైననాతండ్రియొక్కరక్తముతో తడిసిన చేతులతోనా నాకుమం
గళసూత్రధారణము చేయదలఁచితివి? ఓతండ్రీ నానాథుని జం
పిన చేతులతోనా నన్ను తిరిగి యురగలోకమునకు గొనిపో
దలఁచితివి? ఓహో! భగవంతుడా! ఏమి దిక్కు యేమి చే
యుదును! ఏది గతి! అయ్యో! నాథా! నీవుగాని, అయ్యో!
నాతండ్రీ! నీవుగాని మీయిద్దఱొకసారిగాని నాకనులయెదుట
చావకమునుపే యింతముప్పునకు కారణమైన నేనంతమునొం
దుట మంచిది కాదా! తండ్రీ! నీవునాజన్మమున కొకకారణమై

తిప్రా, నాచావునకు కూడ, నిట్టికారణమే యైతివి సుమా! నాథా! నీయెదుట నీకొఱకే చచ్చుచుంటినిసుమా! ఇంతకష్టపడి నిన్ను లభింపచేసుకొనినందులకు నొక్కసారి గట్టిగ నిన్ను కౌగిలించుకొనకే చచ్చిపోవుచుంటినిగదా ఇంద్రా! మృషావాదీ! నీపెనిమిటితో నిన్నుఁగూర్చెద నని చెప్పితివే! ఏదీ! ఓశచీ! మగనాలా! నీమాటకూడ యబద్ధ మయ్యెచుకదే! తండ్రీ! పెండ్లి కాలమందు నాకు గొంతు త్రాడా యరణ మిచ్చుచుంటివి? ఓసూర్యభగవానుఁడా! నీయింటికోడలిని కావలెనని నే నెంత యేడ్చినను నాకు స్వాధీన మైనది కాదుగదా. ఓపురుకుత్సా! ముందుజన్మమున నైనను నీవే నాకుభర్తవు కావలెనుసుమా! అయ్యో! చంపుకొనుటకిచ్చుట నేమున్నది. గ్రుక్కెడుప్రాణ మదెంతసేపు పోవలెను ఇదిగో నానాధుని కరస్పర్శచే పరమ పూజ్యమైనయీపైఁటకొంగున గొంతున కురి పోసుకొనెదను. అయ్యో! అయ్యో! గళసూత్రయోగమే కాని మంగళసూత్ర యోగము లేదయ్యెనా? (కొంగున కన్నుల కద్దుకొని) తండ్రీ! నమస్కారము. నాథా! నమస్కారపూర్వకముగా దూరమునను౦డి కన్నులచేతనే కౌఁగిలించుకొనుచున్నాను. హా ఇంద్రా! మాయకాఁడా నీవలనచెడితిని (గొంతుక కురిపోసికొని) హార హారా! హార హారా! (అని నేల వ్రాలుచున్నది.)

[అప్పుడు శచీదేవేంద్రులాకాశయానమునఁ బ్రవేశించుచున్నారు.]

ఇంద్రు—నర్మదా! నర్మదా! ఆఁగుము. ఇంద్రుఁడు మృషావాదికాఁడు. లెమ్ము నర్మదా లెమ్ము.

నర్మ—(అడకిపడిలేచి) మహేంద్రా! నమస్కారము! నాపెనిమిటిని నాకు దయచేయుఁడు.

ఇంద్రు—(నవ్వుచు) అందుకొఱకేగద వచ్చితిని.

శచి—(నవ్వుచు) నర్మదా! ఇల్లాలిమాట యసత్యము కాలేదుకదా.

నర్మ—(నమస్కరించి) తల్లీ! క్షమింపుము.

ఇంద్రు—పురుకుత్సా! ఏమీ ఈవింత! ఆతనికూఁతురు నీప్రక్కను, నీకత్తె యాతనిప్రక్కనా? చాలు చాలు! మామగారిని శిక్షించునంతటిమహాగుణ మీశ్వరభక్తివలన గలిగినది కాఁబోలు నేమి? చాలుఊరకుండుము.

పురు—పురందరా! నమస్కారముతమయిష్టానుసార మేనడచువాఁడను.

మందా—పురందర! నమస్కారము.

ఇంద్రు—కళ్యాణమస్తు! మందారా! నీవునాకు స్నేహితుఁడవును నేను చెప్పినట్లు వినువాఁడవే కద.

మందా—తులసీదళమునువలె తమయానతిని శిరమున ధరింతును.

ఇంద్రు—అటులైన వినుము. నాకుపుత్త్రసముఁడగుమాంధాత పరలోకగతుఁడగుటచే అతనికుమారుఁడైన పురుకుత్సునకు నేనే తండ్రివంటివాఁడను. నర్మదకుఁదగిన వరుఁడు పురుకుత్సుఁడే. వారిదాంపత్యమువలన మనమిద్దఱము వియ్యమందవలసి యున్నది. వీరిద్దఱిని సంఘటన జేయుటయందు నీ ప్రధాని యగు నంశుమంతుడును నాసఖుఁడగు చిత్రకేతుఁడును నేనునుగూడ మిక్కిలి శ్రమ చేసితిమి! అంశుమంతుఁడాకస్మికముగ మరణించుటచే పాపమీసంగతి నీకు దెలియనందులకు విచారించుచున్నాను.

మందా—మహానుభావా! తమయిష్టప్రకారమే నడువవలసినవాఁడను. సెలవైనయెడల నురగలోకమున వివాహ మొనరింతును.

ఇంద్రు—(నవ్వుచు) మిత్రమా! నే నెచ్చటనుండ నదియే యింద్రలోకము. నీవెచ్చటనుండ నదియే యురగలోకము. ఈపురుకుత్సునిది భూలోకమేకద! మూఁడులోకము లిచ్చట సమావేశ మైనవి. వివాహమునకు నింతకన్న తగినస్థలమేది.

విదూ-ఆలస్యమెందులకు నేను బ్రహ్మనై, ఇప్పుడే వివాహము చేయించెదను

విశ్వా—(ప్రవేశించి) ఆఁగు ఆఁగు ఇదిగో! పురుకుత్సుఁడు చెప్పినట్లు వ్యతిరేక "బ్రహ్మ,, నైననేను వచ్చుచుంటిని. పురుకుత్సా! ఇప్పుడు నాశాపమునకు విమోచనము కలిగినది.

సీ. "బ్రహ్మసృష్టించునిక్ష్వాకు ♦ వంశజులకు
సురలలోకమె గతి యింత ♦ వఱకు నీవు
భళిర తద్వ్యతిరేకవు ♦ బ్రహ్మవగుట
నా కధోలోకగతి యిచ్చి ♦ నావు కావె,,

అని నన్నాక్షేపించితివి జ్ఞాపకమున్నదా?

పురు—(నమస్కరించి) అయ్యా! క్షమింపుము.

ఇంద్రు—గాధినందనా ఇంద్రుఁడు నమస్కరించుచున్నాఁడు.

విశ్వా—కళ్యాణమస్తు.

మందా—విశ్వామిత్రా! మందారుఁడు నమస్కరించుచున్నాఁడు.

విశ్వా—కళ్యాణమస్తు! వివాహముహూర్తము సమీపించుచున్నది. సూర్యోదయమైనవెంటనే సుముహూర్తము. అదుగో భాస్కరుఁడుదయించుచున్నాఁడు.

సీ. అల్లుఁడౌనీదుపా ♦ దాబ్జంబు లీతఁడు
గడుగఁ దెచ్చినరత్న ♦ కలశ మనఁగ
కన్యాప్రదానస ♦ త్కాలంబునను నీకు
గట్టెడు మేల్చాసి ♦ కంబనంగ
వియ్యంకు లొకరిపై ♦ వేడ్క నెక్కరు జల్లఁ
బట్టిన బగ్గుండి ♦ పళ్లెమనఁగ
(నర్మదవంకదిఱిగి)
ప్రాకృతి నీదుసా ♦ భాగ్యవృద్ధి కొసంగు,
బంగారుకుంకుమ ♦ బరిణెయనగ.

(పురుకుత్సునివంకఁజూచి)

గీ. పరిఘవిల్లుచుభవదీయ ♦ వంశనాథుఁ
డైనరవిపెండ్లిపెద్దయై ♦ యలరుకతన
వచ్చెఁజూడఁగననదే ♦ ప్రాగ్గిరమునఁ
బొలుచునత్యుత్తమప్రభా ♦ పూర్ణుఁడగుచు.

పురు—ఓప్రభాకరా! నమస్కారము.

విదూ—వయస్యా! ఈసూర్యునిఁజూచి నీకునమస్కరించవలెనని బుద్ధిపుట్టినదికాని పెండ్లి యరిసెవలెనుండుటచే నీతనినోటఁబడవైచుకొనవలెనని నాకు బుద్ధిపుట్టుచున్నదిసుమా.

విశ్వా—పురుకుత్సా! నర్మదా! మంగళస్నానగౌరీపూజాదులు చేయించవలసియున్నది. మీరులోనికిరండు. మందారా! కన్యాప్రదాతవు. నీవుకూడరమ్ము. (పురుకుత్సుడు, నర్మదయు, సుమతియు, విదూషకుఁడును, విశ్వామిత్రుఁడు, మందారుఁడును లోనికిఁబోవుచున్నారు.)

ఇంద్రు—శచీ! భగవంతుఁడనుకూలదాంపత్యమునేడుకూర్చినాడుసుమా.

శచి—సందేహమేమి!

(విశ్వా, పురు; నర్మ, మందా, విదూ, ప్రవేశించుచున్నారు.)

విశ్వా—పురుకుత్సా! పితృసమానుఁడగునింద్రునికి నీయిద్దరుభార్యలతోను నమస్కరించుము. (పురుకుత్సుఁడు నమస్కరించుచున్నాడు.)

ఇంద్రు-గీ. భార్యలిద్దరుని న్గొల్వఁ ♦ బరమభక్తి
శాశ్వతంబుగనిలయేలు ♦ చక్రవర్తి
శ్రీసతియుభూసతియుపాద ♦ సేవఁజేయ
విమలదయలోకములఁబ్రోచు ♦ విష్ణుభంగి.

నీమామగారికి నమస్కరింపుము. (పురుకుత్సుడు నమస్కరించుచున్నాఁడు.)

మంధా—పురుకుత్సా!

గీ. వీరినిద్దరినొకరీతి ♦ గారవమున
గాంచిప్రతిభాధికతనీవు ♦ గాంచుమయ్య
భవ్యభవదీయవంశాధి ♦ పతియగురవి
యెలమిభార్యాద్వయంబుతో ♦ నెనఁగినటుల.

ఆ. ఉరగకాంతనీకు ♦ నువిదయౌటనునీదు
చరితవినెడుచదువు ♦ నరులకెప్పు
డురగభయము లేక ♦ నుండునట్టుగనేను
వరమునిచ్చినాఁడ ♦ వత్సనీకు.

ఇంద్రు—గాధినందనా! తాముఁగూడ నేమైన నీతనికివరమొసంగెదరా!

విశ్వా—(నవ్వుచు) నాయాశ్రమమందు దుష్టునిచంపినయప్పుడే యితనికివరంబిచ్చితి. ఐనను నర్మదా!

గీ. మున్నురగలోకమందున ♦ భువినిపిదప
దివినితరువాతనటుమీఁద ♦ భువినిదిరిగి
యిటనెయైదవపరిపతి ♦ నెనయునీకు
నైదవతనంబుశాశ్వతం ♦ బౌనుగాత.

పురు—అయ్యా! ఋషిసత్తమా! ఇంద్రాదిదేవతలదర్శించియు తిరిగిభూలోకమునకువచ్చి సూర్యసమానుడగు పుత్త్రునిగాంచి సుఖింతువని దామునాకు సెలవొసంగిరి. అంతయును నెరవేరెనుకాని—

విశ్వా—(నవ్వుచు) నీతాతయువనాశ్వుఁడు సంతానముకొరకింద్రయాగమునుజేసి నీతండ్రియగుమాంధాతనుగాంచెను. ఆతనికి ఇంద్రయాగమునందుగాని ప్రత్యక్షముగాని దేవేంద్రుఁడు నీమహాదృష్టవశమున నిప్పుడే శచీసహితుఁడై ప్రత్యక్షమయ్యెను. నీచేత నిప్పుడింద్రయాగమును జేయించుకొనుటకేవచ్చియుంటిని. యాగదీక్షితుఁడవుగమ్ము. నీకుసంతానము కలిగినదనే భావింపుము.